SÁCH NẤU ĂN HÒA CỐ ĐỊNH NHANH

100 Công thức nấu ăn ngon dễ dàng

Trang Hồ

MỤC LỤC

GIỚI THIỆU

Chào mừng bạn đến với "Sách dạy nấu món thịt hầm nhanh: 100 công thức dễ dàng cho những món ăn ngon và thoải mái." Món thịt hầm là hình ảnh thu nhỏ của món ăn thoải mái, mang lại sự ấm áp, hương vị và cảm giác như ở nhà trong mỗi miếng ăn. Trong cuốn sách nấu ăn này, chúng tôi mời bạn khám phá niềm vui của những bữa ăn dễ dàng và thỏa mãn với bộ sưu tập 100 công thức món thịt hầm hấp dẫn được thiết kế để đơn giản hóa thời gian vào bếp đồng thời thỏa mãn vị giác của bạn.

Món thịt hầm được yêu thích vì tính linh hoạt, đơn giản và khả năng phục vụ đám đông mà không tốn nhiều công sức. Cho dù bạn đang nấu bữa tối bận rộn vào cuối tuần, một buổi tụ tập potluck hay chỉ đơn giản là thèm một bữa ăn thoải mái sau một ngày dài, bạn sẽ tìm thấy nguồn cảm hứng và sự thuận tiện trong những trang này. Từ những món ăn cổ điển được yêu thích như mì ống, phô mai và thịt bò hầm cho đến những biến tấu sáng tạo trong công thức nấu ăn truyền thống, luôn có món thịt hầm cho mọi dịp và mọi khẩu vị.

Mỗi công thức trong cuốn sách nấu ăn này đều được chế tạo cẩn thận để đảm bảo hương vị tối đa với mức độ cầu kỳ tối thiểu. Với những hướng dẫn đơn giản, những nguyên liệu thông dụng và những lời khuyên hữu ích khi chuẩn bị và bảo quản bữa ăn, bạn sẽ có thể chế biến món thịt hầm thơm ngon một cách dễ dàng, ngay cả trong những ngày bận rộn nhất. Cho dù bạn là một đầu bếp dày dạn kinh nghiệm hay mới vào bếp, bạn sẽ tìm thấy nhiều lựa chọn để thỏa mãn cơn thèm ăn và đơn giản hóa thói quen trong bữa ăn của mình.

Vì vậy, hãy lấy đĩa thịt hầm của bạn, làm nóng lò nướng trước và sẵn sàng thưởng thức cảm giác dễ chịu của "Sách dạy nấu ăn soong nhanh". Với những công thức nấu ăn không thể cưỡng lại và cách tiếp cận thực tế trong nấu ăn, cuốn sách nấu ăn này chắc chắn sẽ trở thành một món đồ không thể thiếu trong nhà bếp của bạn trong nhiều năm tới.

TRỨNG SÒNG

1.Măng tây-Anh Muffin nướng

THÀNH PHẦN:

- 1 pound măng tây tươi, cắt thành miếng 1 inch
- 5 bánh nướng xốp kiểu Anh, chia đôi và nướng
- 2 cốc phô mai Colby Jack bào, chia đôi
- 1 ½ chén giăm bông nấu chín hoàn toàn thái hạt lựu
- ½ chén ớt chuông đỏ xắt nhỏ
- 8 quả trứng, đánh bông
- 2 cốc sữa
- 1 thìa cà phê muối
- 1 muỗng cà phê mù tạt khô
- ½ muỗng cà phê tiêu đen

HƯỚNG DẪN:

a) Trong nồi 4 lít, luộc miếng măng tây trong 1 phút. Xả và cho vào một tô nước đá lớn để dừng quá trình nấu. Xả và lau khô măng tây bằng khăn giấy.

b) Đặt hai nửa bánh muffin kiểu Anh, cắt mặt lên trên để tạo thành lớp vỏ trong chảo 9x13 inch đã bôi mỡ. Cắt bánh nướng xốp để lấp đầy khoảng trống trong chảo nếu cần. Xếp măng tây, một nửa phô mai, giăm bông và ớt chuông lên trên bánh nướng xốp.

c) Trong một tô lớn, đánh trứng, sữa, muối, mù tạt khô và hạt tiêu. Đổ đều hỗn hợp trứng lên bánh nướng xốp. Đậy nắp và để lạnh 2 giờ hoặc qua đêm. Lấy ra khỏi tủ lạnh trước khi làm nóng lò ở nhiệt độ 375 độ. Nướng 40–45 phút hoặc cho đến khi chín ở giữa. Ngay lập tức rắc phô mai còn lại lên trên và phục vụ.

2.Burritos nướng ăn sáng

THÀNH PHẦN:
- 12 quả trứng
- ¾ cốc salsa đậm đặc
- 10 bánh bột mì vừa
- 4 ounce ớt xanh cắt nhỏ
- 1 cốc phô mai cheddar bào

HƯỚNG DẪN:
a) Làm nóng lò trước ở 350 độ.
b) Trong chảo rán, trộn trứng và salsa với nhau cho đến khi cứng nhưng không khô. Đun nóng bánh tortilla trong lò vi sóng cho đến khi mềm. Đặt một thìa hỗn hợp trứng bác vào giữa mỗi chiếc bánh tortilla.
c) Cuộn bánh tortilla lại và đặt vào chảo 9x13 inch đã bôi mỡ.
d) Rắc ớt xanh và phô mai.
e) Đậy nắp và nướng 15 phút.

3.Pizza trứng bác và giăm bông

THÀNH PHẦN:
- 1 ống bột vỏ bánh pizza đông lạnh (13,8 ounce)
- 8 quả trứng
- 2 thìa sữa
- Muối và hạt tiêu cho vừa ăn
- 1-½ chén giăm bông nấu chín hoàn toàn thái hạt lựu
- 1 cốc phô mai cheddar bào

HƯỚNG DẪN:
a) Làm nóng lò ở 400 độ.

b) Trải bột làm vỏ bánh pizza dọc theo đáy và nửa chừng các cạnh của chảo 9x13 inch đã được bôi mỡ. Nướng 8 phút.

c) Trong chảo rán, trộn và nấu trứng và sữa cho đến khi cứng nhưng không khô. Nêm với muối và hạt tiêu.

d) Trải trứng bác lên lớp vỏ nóng. Đặt giăm bông và phô mai đều lên trên trứng.

e) Nướng từ 8–12 phút hoặc cho đến khi vỏ bánh có màu nâu vàng và phô mai tan chảy.

4.Thịt xông khói và trứng soong

THÀNH PHẦN:
- 12 quả trứng
- 1 cốc sữa
- 1 cốc phô mai Monterey Jack bào, chia đôi
- 1 pound thịt xông khói, nấu chín và vỡ vụn
- 1 bó hành lá, xắt nhỏ

HƯỚNG DẪN:
a) Làm nóng lò ở nhiệt độ 325 độ.
b) Trong một cái bát, đánh trứng, sữa và một nửa phô mai. Khuấy thịt xông khói và hành tây. Đổ hỗn hợp vào chảo 9x13 inch đã bôi mỡ.
c) Đậy nắp và nấu trong 45 – 55 phút hoặc cho đến khi trứng chín.
d) Ngay lập tức phủ phô mai còn lại lên trên và phục vụ.

5.Xúc xích – Nướng bữa sáng màu nâu băm

THÀNH PHẦN:

- 3-½ chén khoai tây băm nhỏ đông lạnh
- Xúc xích 1 pound, chín vàng và để ráo nước
- 1 cốc phô mai cheddar bào
- 6 quả trứng, đánh đập
- ¾ cốc sữa
- 1 muỗng cà phê mù tạt khô
- ½ muỗng cà phê muối
- ½ muỗng cà phê tiêu đen

HƯỚNG DẪN:

a) Trải khoai tây chiên màu nâu băm vào đáy chảo 9x13 inch đã bôi mỡ. Rắc xúc xích nấu chín và phô mai lên trên.

b) Trong một cái bát, trộn trứng, sữa, mù tạt khô, muối và hạt tiêu. Đổ đều hỗn hợp trứng lên xúc xích và khoai tây chiên. Đậy nắp và để lạnh 2 giờ hoặc qua đêm.

c) Lấy ra khỏi tủ lạnh 20 phút trước khi nướng và làm nóng lò ở nhiệt độ 350 độ. Che và nướng 30 phút. Mở nắp và nướng thêm 5–8 phút nữa hoặc cho đến khi chín hẳn ở giữa.

6.Trứng Tây Nam

THÀNH PHẦN:
- 12 quả trứng
- ½ cốc sữa
- 2 lon (4 ounce mỗi lon) ớt xanh xắt nhỏ
- ½ chén ớt chuông đỏ xắt nhỏ
- 1 cốc phô mai cheddar bào
- 1 cốc phô mai Monterey Jack bào

HƯỚNG DẪN:
a) Làm nóng lò trước ở 350 độ.

b) Trong một cái bát, đánh trứng và sữa. Để qua một bên.

c) Trong chảo mỡ 9x13 inch, xếp từng lớp ớt, ớt chuông và phô mai. Đổ hỗn hợp trứng lên trên.

d) Đậy nắp và nướng trong 30–40 phút hoặc cho đến khi trứng chín vào giữa.

7.Bột yến mạch Quả anh đào mọng nướcsoong

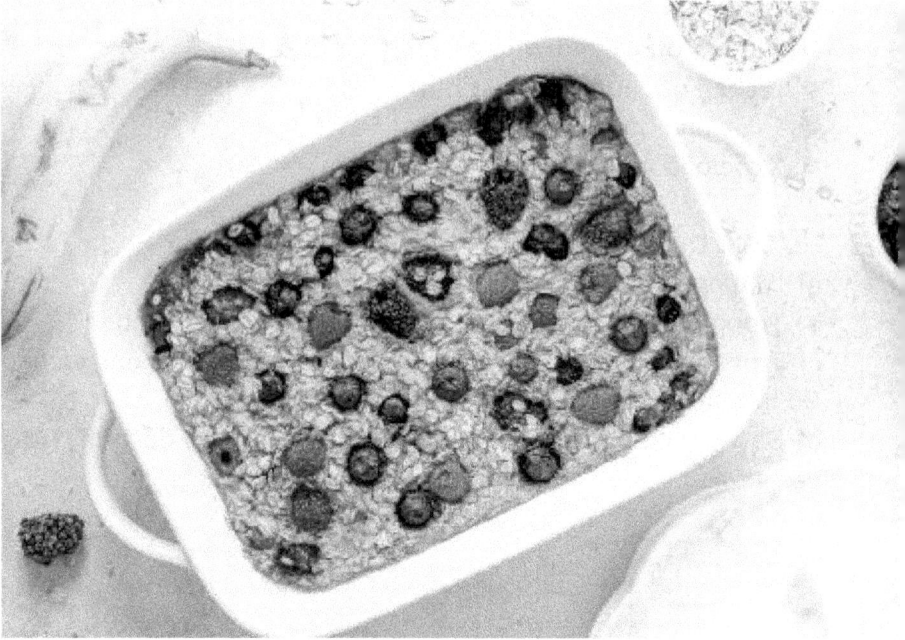

THÀNH PHẦN:

- 2 chén yến mạch cán khô
- ½ cốc cộng thêm 2 muỗng canh. đường nâu nhạt
- 1 thìa cà phê bột nở
- 1 muỗng cà phê quế xay
- ½ muỗng cà phê muối
- ½ chén quả anh đào khô
- ½ cốc quả việt quất đông lạnh tươi hoặc rã đông
- ¼ cốc hạnh nhân nướng
- 1 cốc sữa nguyên chất
- 1 cốc rưỡi kem
- 1 quả trứng
- 2 muỗng canh. bơ không muối tan chảy
- 1 muỗng cà phê chiết xuất vani

HƯỚNG DẪN:

a) Làm nóng lò ở nhiệt độ 375°. Xịt dung dịch xịt chống dính lên chảo nướng vuông 8 inch.

b) Trong một bát trộn, thêm yến mạch, ½ cốc đường nâu, bột nở, quế, muối, quả anh đào, ¼ cốc quả việt quất và ⅛ cốc hạnh nhân. Khuấy cho đến khi kết hợp và trải đều trong chảo nướng.

c) Rắc ¼ cốc quả việt quất và ⅛ cốc hạnh nhân lên trên.

d) Trong một bát trộn, thêm sữa, nửa kem nửa kem, trứng, bơ và chiết xuất vani. Đánh đều cho đến khi hòa quyện và đổ lên trên mặt thịt hầm. Không được khuấy. Rắc 2 thìa đường nâu lên trên.

e) Nướng trong 30 phút hoặc cho đến khi thịt hầm chín và bột yến mạch mềm. Lấy ra khỏi lò và để thịt hầm nghỉ 5 phút trước khi dùng.

8.Bữa nửa buổi trứng tráng

THÀNH PHẦN:
- 18 quả trứng
- 1 cốc kem chua
- 1 cốc sữa
- 1 thìa cà phê muối
- ¼ chén hành lá xắt nhỏ
- 1 cốc phô mai cheddar bào

HƯỚNG DẪN:

a) Làm nóng lò ở nhiệt độ 325 độ.

b) Trong một tô lớn, đánh trứng, kem chua, sữa và muối. Gấp hành lá vào. Đổ hỗn hợp vào chảo 9x13 inch đã bôi mỡ. Nướng 45–55 phút hoặc cho đến khi trứng chín.

c) Ngay lập tức rắc phô mai lên trên và cắt thành từng miếng vuông trước khi dùng.

9.Lưỡi liềm, khoai tây chiên và xúc xích nướng

THÀNH PHẦN:
- Bột cuộn lưỡi liềm làm lạnh dạng ống 8 ounce
- 10,4 ounce xúc xích, làm chín vàng, để ráo nước và thái lát
- 1 chén khoai tây băm nhỏ đông lạnh
- 1 ½ chén phô mai cheddar bào
- 5 quả trứng
- ⅓ cốc sữa
- Muối và hạt tiêu cho vừa ăn

HƯỚNG DẪN:
a) Làm nóng lò ở nhiệt độ 375 độ.
b) Trải các hình lưỡi liềm ra và ấn bột lên phía dưới và lên trên các cạnh của chảo bánh pizza tròn 12 inch.
c) Rắc xúc xích, khoai tây chiên và phô mai lên bột.
d) Trong một cái bát, đánh trứng, sữa, muối và hạt tiêu bằng nĩa. Đổ hỗn hợp trứng lên bột.
e) Nướng 30 phút.
f) Phục vụ nêm với salsa tươi.

10.Bánh mì nướng kiểu Pháp với nho khô

THÀNH PHẦN:
- 1 ổ bánh mì nho khô quế (24 ounce), cắt thành khối
- 6 quả trứng, đánh nhẹ
- 3 cốc sữa
- 2 thìa cà phê vani
- đường mịn

HƯỚNG DẪN:
a) Đặt các khối bánh mì vào chảo 9x13 inch đã bôi mỡ.

b) Trong một cái bát, đánh trứng, sữa và vani. Đổ đều hỗn hợp trứng lên bánh mì. Đậy nắp và để lạnh 2 giờ hoặc qua đêm.

c) Lấy ra khỏi tủ lạnh 20 phút trước khi nướng và làm nóng lò ở nhiệt độ 350 độ.

d) Nướng, không đậy nắp, 45–50 phút hoặc cho đến khi có màu vàng nâu.

e) Rắc đường bột lên trên. Ăn kèm với xi-rô cây phong.

11.Rau bina Frittata

THÀNH PHẦN:
- 4 quả trứng
- 1 ½ cốc sữa
- ½ muỗng cà phê muối
- 1 gói (10 ounce) rau bina đông lạnh, rã đông và để ráo nước
- ¾ cốc phô mai cheddar hoặc phô mai Thụy Sĩ

HƯỚNG DẪN:

a) Làm nóng lò ở 400 độ.

b) Trong một cái bát, đánh trứng, sữa và muối với nhau. Đổ hỗn hợp vào chảo 8x8 inch đã bôi mỡ. Trải rau bina lên hỗn hợp trứng. Nướng từ 17–22 phút hoặc cho đến khi trứng chín. Rắc phô mai lên trên.

12.Xúc xích hầm Thụy Sĩ

THÀNH PHẦN:
- 10 lát bánh mì trắng, cắt hạt lựu
- 1 pound xúc xích cay, chín vàng và để ráo nước
- 4 ounce nấm cắt lát, để ráo nước
- ¾ cốc phô mai cheddar bào
- 1 ½ chén phô mai Thụy Sĩ bào
- 8 quả trứng, đánh bông
- 2 cốc rưỡi
- 2 cốc sữa
- 1 thìa cà phê muối
- 1 thìa cà phê tiêu đen

HƯỚNG DẪN:

a) Đặt các khối bánh mì vào chảo 9x13 inch đã bôi mỡ. Rắc xúc xích nấu chín lên trên bánh mì. Xếp đều nấm lên xúc xích và rắc phô mai lên trên.

b) Trong một tô lớn, trộn trứng, nửa rưỡi, sữa, muối và hạt tiêu. Đổ đều hỗn hợp trứng lên phô mai. Đậy nắp và để lạnh 2 giờ hoặc qua đêm.

c) Lấy ra khỏi tủ lạnh 20 phút trước khi nướng và làm nóng lò ở nhiệt độ 350 độ. Che và nướng 30 phút. Mở nắp và nướng thêm 15–20 phút nữa.

13.Chả quế cuộn nho khô

THÀNH PHẦN:

- 2 lon bánh quế để lạnh, cỡ 12 ounce
- ¼ chén đường nâu nhạt
- 1 cốc nho khô
- 4 quả trứng
- ½ cốc kem đặc
- 2 muỗng canh. xi-rô cây phong
- 2 ½ muỗng cà phê chiết xuất vani
- 1 muỗng cà phê quế xay
- Phô mai kem 4 ounce, làm mềm
- 1 chén đường bột
- 4 muỗng canh. bơ không muối, làm mềm

HƯỚNG DẪN:

a) Làm nóng lò ở nhiệt độ 350°. Xịt dung dịch xịt chống dính vào chảo bánh sâu 10 inch. Lấy bánh quế ra khỏi hộp.

b) Đặt một nửa số bánh quế vào chảo bánh. Rắc 2 thìa đường nâu và ½ cốc nho khô lên bánh quế.

c) Trong tô trộn, thêm trứng, kem đặc, xi-rô cây thích, 2 thìa cà phê chiết xuất vani và quế. Đánh đều cho đến khi hòa quyện và đổ lên bánh quế trong chảo bánh. Đặt cuộn quế còn lại lên trên. Rắc lượng đường nâu còn lại và ½ cốc nho khô lên trên.

d) Nướng trong 30 phút hoặc cho đến khi thịt hầm chín và bánh quế có màu vàng nâu.

e) Lấy ra khỏi lò. Trong tô trộn, thêm phô mai kem, đường bột, bơ và ½ thìa cà phê chiết xuất vani.

f) Đánh đều cho đến khi mịn và kết hợp. Trải trên các cuộn và phục vụ.

14.Bánh sừng bò nướng táo

THÀNH PHẦN:

- 6 muỗng canh. Bơ không muối
- ½ chén đường nâu nhạt
- 3 quả táo Granny Smith, bỏ lõi và thái hạt lựu
- 3 quả táo Fuji, bỏ lõi và thái hạt lựu
- ½ cốc cộng thêm 1 muỗng canh. Bơ táo
- 1 thìa cà phê bột ngô
- 6 bánh sừng bò lớn, hình khối
- ½ cốc kem đặc
- 3 quả trứng đánh
- 1 muỗng cà phê chiết xuất vani
- ¼ thìa cà phê gia vị làm bánh táo
- ½ chén đường bột

HƯỚNG DẪN:

a) Làm nóng lò ở nhiệt độ 375°. Xịt chảo nướng 9 x 13 bằng bình xịt chống dính. Trong chảo lớn trên lửa vừa, thêm bơ. Khi bơ tan chảy, thêm đường nâu. Khuấy cho đến khi đường nâu tan.

b) Thêm táo vào chảo. Khuấy cho đến khi kết hợp. Nấu trong 6 phút hoặc cho đến khi táo mềm. Thêm 1 muỗng canh bơ táo và bột ngô vào chảo. Khuấy cho đến khi kết hợp. Tháo chảo ra khỏi bếp.

c) Trải các khối bánh sừng bò vào chảo nướng. Đổ táo lên trên. Trong tô trộn, thêm kem béo, trứng, chiết xuất vani, gia vị bánh táo và ½ cốc bơ táo. Đánh đều cho đến khi hòa quyện và đổ lên trên mặt thịt hầm.

d) Hãy chắc chắn rằng các khối bánh sừng bò được phủ trong chất lỏng.

e) Nướng trong 25 phút hoặc cho đến khi miếng thịt hầm được đặt ở giữa.

f) Lấy ra khỏi lò và rắc đường bột lên trên. Phục vụ ấm áp.

15.Bánh mì nướng kiểu Pháp việt quất

THÀNH PHẦN:

- 12 lát bánh mì Pháp cũ, dày 1 inch
- 5 quả trứng đánh tan
- 2 ½ cốc sữa nguyên chất
- 1 cốc đường nâu nhạt
- 1 muỗng cà phê chiết xuất vani
- ½ muỗng cà phê hạt nhục đậu khấu
- 1 chén hồ đào xắt nhỏ
- ¼ cốc bơ nhạt tan chảy
- 2 cốc quả việt quất tươi hoặc đông lạnh

HƯỚNG DẪN:

a) Xịt chảo nướng 9 x 13 bằng bình xịt chống dính. Đặt các lát bánh mì vào khay nướng. Trong tô trộn, thêm trứng, sữa, ¾ cốc đường nâu, chiết xuất vani và hạt nhục đậu khấu.

b) Đánh đều cho đến khi hòa quyện và đổ lên bánh mì. Đậy chảo bằng màng bọc thực phẩm. Làm lạnh ít nhất 8 giờ nhưng không quá 10 giờ. Lấy chảo ra khỏi tủ lạnh và tháo màng bọc thực phẩm ra khỏi chảo.

c) Để hầm ở nhiệt độ phòng trong 30 phút. Làm nóng lò ở nhiệt độ 400°. Rắc hồ đào lên trên cùng của món thịt hầm. Trong một bát nhỏ, thêm ¼ chén đường nâu và bơ. Khuấy đều cho đến khi hòa quyện và rắc lên trên mặt thịt hầm.

d) Nướng trong 25 phút. Rắc quả việt quất lên trên cùng của món thịt hầm.

e) Nướng trong 10 phút hoặc cho đến khi dùng dao cắm vào giữa nồi lấy ra dao sạch. Lấy ra khỏi lò và phục vụ.

16.Bánh mì nướng kiểu Pháp cơ bản

THÀNH PHẦN:
- 1 cốc đường nâu nhạt
- ½ cốc bơ không muối
- 2 cốc xi-rô ngô nhẹ
- 16 ounce bánh mì Pháp, thái lát
- 5 quả trứng đánh tan
- 1 ½ cốc sữa nguyên chất
- Đường bột cho vừa ăn

HƯỚNG DẪN:
a) Xịt nhẹ chảo nướng 9 x 13 bằng bình xịt chống dính. Trong chảo nước sốt ở lửa nhỏ, thêm đường nâu, bơ và xi-rô ngô.

b) Khuấy cho đến khi hòa quyện và chỉ nấu cho đến khi tất cả nguyên liệu tan chảy. Nhấc chảo ra khỏi bếp và đổ vào khay nướng.

c) Đặt các lát bánh mì Pháp lên trên xi-rô. Bạn có thể không sử dụng tất cả các lát bánh mì. Cắt lát bánh mì cho vừa nếu cần. Trong một bát trộn, thêm trứng và sữa. Đánh đều cho đến khi hòa quyện và đổ lên các lát bánh mì. Đậy chảo bằng màng bọc thực phẩm. Làm lạnh ít nhất 8 giờ nhưng không quá 12 giờ.

d) Lấy chảo ra khỏi tủ lạnh. Tháo màng bọc thực phẩm và để hầm trong 30 phút ở nhiệt độ phòng. Làm nóng lò ở nhiệt độ 350°.

e) Nướng trong 20-30 phút hoặc cho đến khi thịt hầm chín và có màu vàng nhạt.

f) Lấy ra khỏi lò và rắc đường bột cho vừa ăn lên trên.

HÒNG GIA CẦM

17.Thịt gà hầm bông cải xanh

THÀNH PHẦN:

- 2 chén thịt gà nấu chín cắt nhỏ
- 1 lon (10,75 ounce) kem súp nấm, cô đặc
- ¼ cốc sữa
- ¾ cốc phô mai Monterey Jack bào
- 1 gói (10 ounce) bông cải xanh đông lạnh, rã đông
- ½ chén hành lá, thái lát
- ½ muỗng cà phê tiêu đen

HƯỚNG DẪN:

a) Làm nóng lò trước ở 350 độ.

b) Trong một tô lớn, trộn tất cả nguyên liệu lại với nhau. Trải hỗn hợp vào chảo 9x13 inch đã bôi mỡ.

c) Nướng 35–40 phút hoặc cho đến khi sủi bọt.

18.Gà điều

THÀNH PHẦN:

- 1 gói (6,2 ounce) cơm chiên, kèm gói gia vị
- 2 cốc nước
- 2 ức gà không xương, không da, nấu chín và cắt khối
- ½ chén cần tây thái lát
- Nước hạt dẻ có thể 4 ounce, để ráo nước
- ⅔ cốc hạt điều

HƯỚNG DẪN:

a) Làm nóng lò trước ở 350 độ.

b) Trong một cái bát, trộn gạo, gói gia vị và nước.

c) Xếp từng lớp thịt gà, hỗn hợp gạo, cần tây và hạt dẻ nước vào chảo 9x9 inch đã bôi mỡ. Đậy nắp và nướng trong 30–40 phút hoặc cho đến khi cơm chín.

d) Rắc hạt điều.

19.Gà phô mai

THÀNH PHẦN:
- 4 đến 6 ức gà không xương, không da
- 1 thùng (16 ounce) kem chua
- 1 lon (10,75 ounce) kem súp cần tây, cô đặc
- 1 lon (10,75 ounce) kem súp gà, cô đặc
- 1 ¼ cốc nước
- 2 chén cơm trắng chưa nấu chín
- 1 cốc phô mai cheddar bào

HƯỚNG DẪN:

a) Làm nóng lò ở nhiệt độ 325 độ.

b) Đặt gà vào chảo 9x13 inch đã bôi mỡ.

c) Trong một cái bát, trộn kem chua, súp, nước và cơm chưa nấu chín. Đổ lên thịt gà. Đậy nắp và nướng 1 giờ.

d) Rắc phô mai ngay trước khi ăn.

20.Bánh Tortilla Enchiladas

THÀNH PHẦN:
- 2 chén thịt gà nấu chín cắt nhỏ
- 2 lon (10,75 ounce mỗi lon) kem súp gà, cô đặc
- 1 cốc kem chua
- ¼ chén hành tây xắt nhỏ
- 1 túi (12 ounce) bánh tortilla, nghiền nát trong túi
- 1 cốc phô mai Monterey Jack bào
- ½ cốc sốt salsa

HƯỚNG DẪN:
a) Làm nóng lò trước ở 350 độ.
b) Trong một tô lớn kết hợp thịt gà, súp, kem chua và hành tây.
c) Trong chảo 9x13 inch đã bôi mỡ, xếp một nửa số khoai tây chiên và một nửa hỗn hợp súp. Lặp lại các lớp.
d) Phủ phô mai lên trên và nướng trong 30 phút. Ăn kèm với salsa.

21.Bánh mì ngô thịt gà hầm

THÀNH PHẦN:

- 4 chén mì trứng chưa nấu chín
- 3 chén thịt gà nấu chín cắt nhỏ
- 2 lon (10,75 ounce mỗi lon) kem súp cần tây, cô đặc
- 1 lon (15 ounce) ngô kiểu kem
- 2 cốc phô mai cheddar bào
- 1 gói hỗn hợp bánh mì ngô (cỡ chảo 8x8 inch)

HƯỚNG DẪN:

a) Làm nóng lò trước ở 350 độ.

b) Luộc mì từ 5–7 phút hoặc cho đến khi chín. Để ráo nước và trộn với thịt gà, súp, ngô và phô mai. Đổ hỗn hợp mì vào chảo 9x13 inch đã bôi mỡ.

c) Trong một cái bát, trộn hỗn hợp bánh mì ngô với các thành phần được liệt kê trên bao bì. Đổ bột bánh ngô lên trên hỗn hợp mì.

d) Nướng 25–30 phút hoặc cho đến khi mặt bánh ngô có màu vàng nâu.

22.Enchiladas gà thân thiện với gia đình

THÀNH PHẦN:
- 3 chén thịt gà nấu chín và xé nhỏ
- 2 lon (10,75 ounce mỗi lon) kem súp gà, cô đặc
- 1 cốc kem chua
- 4 ounce ớt xanh thái hạt lựu, để ráo nước
- ¼ chén hành khô băm
- 2 ½ chén phô mai cheddar bào, chia
- 10 bánh bột mì vừa
- ⅓ cốc sữa

HƯỚNG DẪN:

a) Làm nóng lò trước ở 350 độ.

b) Kết hợp thịt gà, 1 lon súp, kem chua, ớt, hành tây và 1 ½ cốc phô mai. Đổ ⅓ đến ½ cốc hỗn hợp thịt gà vào bánh ngô.

c) Cuộn những chiếc bánh ngô đầy nhân và đặt mặt đường nối xuống trong chảo 9x13 inch đã bôi mỡ.

d) Kết hợp phần súp còn lại với sữa và phết lên bánh tortilla. Rắc phô mai còn lại lên trên.

e) Che và nướng 25 phút. Mở nắp và nướng thêm 5–10 phút hoặc cho đến khi nóng hoàn toàn.

23.Thịt gà hầm Fiesta

THÀNH PHẦN:

- 2 chén mì ống vỏ nhỏ chưa nấu chín
- 2 chén thịt gà nấu chín cắt nhỏ
- 1 lọ (16 ounce) salsa vừa
- Một nắm ô liu
- 2 chén phô mai trộn Mexico

HƯỚNG DẪN:

a) Làm nóng lò trước ở 350 độ.

b) Nấu mì ống theo hướng dẫn trên bao bì và để ráo nước.

c) Kết hợp tất cả các thành phần trong chảo 9x13 inch đã bôi mỡ.

d) Đậy nắp và nướng trong 20–25 phút hoặc cho đến khi nóng hoàn toàn.

e) Top với ô liu.

24.Gà hầm chanh ngọt

THÀNH PHẦN:

- 6 ức gà không xương, không da
- 2 muỗng canh bơ hoặc bơ thực vật, tan chảy
- ⅓ chén bột mì
- ⅓ cốc mật ong
- ¼ cốc nước chanh
- 1 muỗng canh nước tương

HƯỚNG DẪN:

a) Làm nóng lò trước ở 350 độ.

b) Nhúng gà vào bơ rồi vào bột mì. Đặt vào chảo 9x13 inch đã bôi mỡ.

c) Kết hợp mật ong, nước cốt chanh và nước tương. Đổ nước sốt lên gà.

d) Đậy nắp và nướng trong 40 phút hoặc cho đến khi gà chín.

25.Thịt gà xoài

THÀNH PHẦN:
- 1 chén cơm trắng chưa nấu chín
- 2 cốc nước
- 4 miếng ức gà không xương, không da
- 1 hũ salsa xoài (12 ounce)

HƯỚNG DẪN:

a) Làm nóng lò trước ở 350 độ.

b) Trong chảo 9x13 inch đã bôi mỡ, trộn gạo và nước. Xếp gà lên cơm và rưới sốt xoài lên trên.

c) Đậy nắp và nướng 1 giờ.

26.Thịt hầm hạt anh túc

THÀNH PHẦN:

- 1 ½ pound gà tây xay
- 1 quả ớt chuông xanh hoặc đỏ, xắt nhỏ
- 3 lon (8 ounce mỗi lon) nước sốt cà chua
- ½ muỗng cà phê muối
- ½ muỗng cà phê tiêu đen
- 1 gói (8 ounce) kem phô mai, cắt hạt lựu
- ½ cốc kem chua
- 1 cốc phô mai
- 1 muỗng canh hạt anh túc
- 1 túi (12–18 ounce) mì xoăn, nấu chín và để ráo nước
- 1 thìa cà phê gia vị Ý
- ½ cốc phô mai Parmesan bào

HƯỚNG DẪN:

a) Làm nóng lò trước ở 350 độ.

b) Nâu gà tây và ớt chuông cùng nhau cho đến khi gà tây chín. Xả hết chất lỏng. Thêm nước sốt cà chua, muối và hạt tiêu rồi đun nhỏ lửa trên lửa nhỏ.

c) Trong một cái bát, trộn phô mai kem, kem chua, phô mai tươi và hạt anh túc, sau đó trộn với mì nóng đã ráo nước. Đặt hỗn hợp mì vào đáy chảo 9x13 inch đã phết mỡ và đổ hỗn hợp gà tây lên trên. Che và nướng 30 phút.

d) Khám phá và nướng thêm 10 phút nữa.

e) Rắc gia vị Ý và Parmesan lên trên.

27.Thịt gà hầm dứa

THÀNH PHẦN:

- 2 chén thịt gà nấu chín thái hạt lựu
- 1 lon (8 ounce) dứa nghiền, có chất lỏng
- 1 chén cần tây xắt nhỏ
- 1 chén cơm trắng đã nấu chín
- 1 lon (10,75 ounce) kem súp nấm, cô đặc
- 1 cốc sốt mayonaise
- 1 lon (6 ounce) hạt dẻ nước thái lát, để ráo nước
- 2 cốc vụn bánh mì
- 1 muỗng canh bơ hoặc bơ thực vật, tan chảy

HƯỚNG DẪN:

a) Làm nóng lò trước ở 350 độ.

b) Trong một tô lớn, trộn tất cả nguyên liệu trừ vụn bánh mì và bơ.

c) Chuyển hỗn hợp vào chảo 9x13 inch đã được bôi mỡ.

d) Kết hợp vụn bánh mì và bơ; rắc lên trên hỗn hợp thịt gà.

e) Nướng 30–45 phút.

28.Món Gà Cuốn Tây Nam

THÀNH PHẦN:
- 1 cốc bánh quy phô mai nghiền mịn
- 1 phong bì gia vị taco
- 4 đến 6 ức gà không xương, không da
- 4 đến 6 lát phô mai Monterey Jack
- 4 ounce ớt xanh cắt nhỏ

HƯỚNG DẪN:
a) Làm nóng lò trước ở 350 độ.

b) Trên đĩa, kết hợp bánh quy giòn và gia vị taco. Dùng máy làm mềm thịt làm phẳng thịt gà rồi đặt 1 lát phô mai và khoảng 1 thìa ớt lên mỗi miếng thịt gà. Cuộn gà và cố định bằng tăm.

c) Rắc gà với hỗn hợp bánh quy giòn và đặt vào chảo mỡ 9x13 inch.

d) Nướng, không đậy nắp, 35–40 phút hoặc cho đến khi gà chín.

e) Hãy nhớ loại bỏ tăm trước khi phục vụ.

29.Gà Thụy Sĩ

THÀNH PHẦN:

- 4 đến 6 ức gà không xương, không da
- 4 đến 6 lát phô mai Thụy Sĩ
- 1 lon (10,75 ounce) kem súp nấm, cô đặc
- ¼ cốc sữa
- 1 hộp (6 ounce) hỗn hợp nhồi gia vị
- ¼ cốc bơ hoặc bơ thực vật, tan chảy

HƯỚNG DẪN:

a) Làm nóng lò trước ở 350 độ.

b) Đặt gà vào đáy chảo 9x13 inch đã phết mỡ. Đặt các lát phô mai lên thịt gà.

c) Trong một cái bát, trộn đều súp và sữa. Đổ hỗn hợp súp lên thịt gà.

d) Rắc hỗn hợp nhồi khô lên trên lớp súp và rưới bơ lên trên.

e) Đậy nắp và nướng trong 55–65 phút hoặc cho đến khi gà chín.

30.Thổ Nhĩ Kỳ và khoai tây nướng

THÀNH PHẦN:
- 2 chén gà tây nấu chín
- 2 củ khoai tây vừa, gọt vỏ và thái lát mỏng
- 1 củ hành vừa, thái lát
- Muối và hạt tiêu cho vừa ăn
- 1 lon (10,75 ounce) kem súp cần tây, cô đặc
- ½ cốc sữa gầy

HƯỚNG DẪN:

a) Làm nóng lò trước ở 350 độ.

b) Trong chảo mỡ 8x8 inch, xếp lớp gà tây, khoai tây và hành tây. Rắc muối và hạt tiêu.

c) Trong một bát, kết hợp súp và sữa. Đổ lên gà tây. Đậy nắp và nướng 1 giờ.

31.Gà Teriyaki

THÀNH PHẦN:

- 2 ức gà không xương, không da, cắt khối
- 1 lon (15 ounce) nước luộc gà
- 2 muỗng canh đường nâu
- 2 muỗng canh nước tương
- ½ muỗng cà phê gừng xay
- ½ muỗng cà phê sốt Worcestershire
- 1 chén cơm trắng chưa nấu chín
- 1 lon (8 ounce) miếng dứa, để ráo nước

HƯỚNG DẪN:

a) Làm nóng lò trước ở 350 độ.

b) Trộn tất cả các nguyên liệu trong một cái tô lớn.

c) Chuyển hỗn hợp vào chảo 9x13 inch đã được bôi mỡ.

d) Đậy nắp và nướng trong 1 giờ hoặc cho đến khi cơm chín.

32.cơm gà rừng

THÀNH PHẦN:

- 6,2 ounce hạt dài và gạo hoang dã, có gia vị
- 1 ½ cốc nước
- 4 miếng ức gà không xương, không da
- ½ muỗng cà phê húng quế khô
- ½ thìa cà phê bột tỏi

HƯỚNG DẪN:

a) Làm nóng lò ở nhiệt độ 375 độ.

b) Trong một cái bát, trộn gạo, gói gia vị và nước.

c) Đổ hỗn hợp vào chảo 9x13 inch đã bôi mỡ.

d) Đặt gà lên trên hỗn hợp cơm và rắc húng quế và bột tỏi.

e) Đậy nắp và nướng 1 giờ.

33.Thịt gà hầm húng quế

THÀNH PHẦN:

- 3 muỗng canh bơ hoặc bơ thực vật, tan chảy
- 3 chén khoai tây, gọt vỏ và thái lát mỏng
- 1 gói (16 ounce) ngô đông lạnh
- 2 muỗng cà phê muối, chia
- 2 muỗng cà phê húng quế, chia
- 1 cốc vụn bánh quy graham
- ⅓ cốc bơ hoặc bơ thực vật, tan chảy
- 4 đến 6 ức gà không xương, không da

HƯỚNG DẪN:

a) Làm nóng lò ở nhiệt độ 375 độ.

b) Đổ 3 thìa bơ tan chảy vào đáy chảo 9x13 inch. Cho khoai tây và ngô vào chảo, sau đó rắc 1 thìa cà phê muối và 1 thìa cà phê húng quế.

c) Trong một bát nhỏ, trộn vụn bánh quy giòn, muối và húng quế còn lại. Chuyển hỗn hợp vào đĩa. Nhúng gà vào ⅓ cốc bơ tan chảy rồi lăn qua hỗn hợp vụn bánh, phủ đều. Đặt gà lên trên rau.

d) Đậy nắp và nướng trong 60–75 phút hoặc cho đến khi gà chín và rau củ mềm.

e) Lấy ra khỏi lò, mở nắp và nướng thêm 10 phút nữa để gà chín vàng.

34.Sau Lễ Tạ ơn soong

THÀNH PHẦN:
- 1 hộp (6 ounce) hỗn hợp nhồi gia vị
- 3 chén gà tây nấu chín cắt nhỏ
- 2 chén nước thịt gà tây, chia
- 2 chén khoai tây nghiền, nêm tỏi

HƯỚNG DẪN:
a) Làm nóng lò trước ở 350 độ.

b) Chuẩn bị nhồi theo hướng dẫn đóng gói. Nhồi thìa vào đĩa nướng 2 lít đã phết mỡ. Đặt gà tây lên trên miếng nhồi. Đổ 1 cốc nước xốt lên gà tây. Trải đều khoai tây nghiền lên trên. Che với nước sốt còn lại.

c) Đậy nắp và nướng trong 35–45 phút hoặc cho đến khi sủi bọt.

35.Món bánh Tortilla hầm Thổ Nhĩ Kỳ

THÀNH PHẦN:

- 3 chén gà tây nấu chín cắt nhỏ
- 4 ounce ớt xanh cắt nhỏ
- ¾ chén nước luộc gà
- 2 lon (10,75 ounce mỗi lon) kem súp gà, cô đặc
- 1 củ hành vừa, xắt nhỏ
- 8 đến 10 bánh ngô kiểu gordita vừa
- 2 cốc phô mai Monterey Jack bào

HƯỚNG DẪN:

a) Làm nóng lò trước ở 350 độ.

b) Trong một tô lớn, trộn gà tây, ớt, nước dùng, súp và hành tây. Đậy một nửa số bánh ngô lên đáy chảo 9x13 inch đã phết mỡ. Trải một nửa hỗn hợp gà tây lên lớp bánh tortilla. Rắc một nửa phô mai lên trên. Lặp lại các lớp.

c) Nướng 25–30 phút hoặc cho đến khi sủi bọt và nóng đều.

36.T urketti

THÀNH PHẦN:

- 1 lon (10,75 ounce) kem súp nấm, cô đặc
- ½ cốc nước
- 2 chén gà tây nấu chín
- 1 ⅓ chén spaghetti, bẻ nhỏ, nấu chín và để ráo nước
- ⅓ chén ớt chuông xanh xắt nhỏ
- ½ chén hành tây xắt nhỏ
- ½ muỗng cà phê muối
- ¼ thìa cà phê tiêu đen
- 2 chén phô mai cheddar bào, chia

HƯỚNG DẪN:

a) Làm nóng lò trước ở 350 độ.

b) Trong một tô lớn, trộn súp và nước. Khuấy các nguyên liệu còn lại trừ 1 cốc phô mai. Trải hỗn hợp vào chảo 9x13 inch đã bôi mỡ.

c) Rắc phô mai còn lại lên trên. Nướng 45 phút.

37.Nhồi Và Thổ Nhĩ Kỳ soong

THÀNH PHẦN:

- 2 lon (10,75 ounce mỗi lon) kem súp cần tây, cô đặc
- 1 cốc sữa
- ½ muỗng cà phê tiêu đen
- 1 túi (16 ounce) rau trộn đông lạnh, rã đông và để ráo nước
- 2 ½ chén gà tây nấu chín
- 1 hộp (6 ounce) hỗn hợp nhồi gia vị
- Làm nóng lò ở 400 độ.

HƯỚNG DẪN:

a) Trộn đều súp, sữa, hạt tiêu, rau và gà tây. Trải hỗn hợp gà tây vào chảo 9x13 inch đã bôi mỡ.

b) Chuẩn bị nhồi theo hướng dẫn đóng gói. Dùng thìa nhồi đều lên gà tây.

c) Nướng 25 phút, hoặc cho đến khi nóng qua.

38.Divan Thổ Nhĩ Kỳ

THÀNH PHẦN:
- 2 chén gà tây nấu chín thái hạt lựu
- 1 gói (10 ounce) ngọn bông cải xanh đông lạnh, nấu chín
- 1 lon (10,75 ounce) kem súp gà, cô đặc
- ½ cốc sốt mayonaise
- ½ thìa nước cốt chanh
- ¼ thìa cà phê bột cà ri
- ½ chén phô mai cheddar bào nhỏ

HƯỚNG DẪN:
a) Làm nóng lò trước ở 350 độ.

b) Xếp lớp gà tây và bông cải xanh vào chảo 9x13 inch đã bôi mỡ.

c) Trong một cái bát, trộn súp, sốt mayonnaise, nước cốt chanh và bột cà ri.

d) Đổ gà tây và rắc phô mai. Đậy nắp và nướng 40 phút.

RAU CÓ THỂ HÒNG

39.măng tây soong

THÀNH PHẦN:

- 1 cốc phô mai cheddar bào
- 2 chén bánh quy mặn nghiền nát
- ¼ cốc bơ hoặc bơ thực vật, tan chảy
- 10,75 ounce kem súp nấm, cô đặc
- 15 ounce măng tây có thể, ráo nước với chất lỏng dự trữ
- ½ chén hạnh nhân cắt lát

HƯỚNG DẪN:

a) Làm nóng lò trước ở 350 độ.

b) Trong một cái bát, trộn phô mai và vụn bánh quy giòn. Để qua một bên.

c) Trong một bát riêng, trộn bơ, súp và chất lỏng từ hộp măng tây. Xếp một nửa hỗn hợp bánh quy vào đáy chảo 8x8 inch. Xếp một nửa ngọn măng tây lên trên.

d) Phủ một nửa quả hạnh nhân cắt lát và một nửa hỗn hợp súp lên trên măng tây.

e) Xếp phần măng tây còn lại, hạnh nhân và hỗn hợp súp lên trên. Che với hỗn hợp bánh quy còn lại.

f) Nướng 20–25 phút hoặc cho đến khi có màu nâu vàng và sủi bọt.

40.Thịt hầm chay dai

THÀNH PHẦN:
- 2 cốc nước
- 1 chén cơm trắng chưa nấu chín
- 1 túi (16 ounce) bông cải xanh đông lạnh
- 1 túi (16 ounce) bông súp lơ đông lạnh
- ⅓ cốc nước
- 1 củ hành vừa, xắt nhỏ
- ⅓ cốc bơ hoặc bơ thực vật
- 1 lọ (16 ounce) Cheez Whiz
- 1 lon (10,75 ounce) kem súp gà, cô đặc
- ⅔ cốc sữa

HƯỚNG DẪN:
a) Trong nồi, đun sôi 2 cốc nước và gạo. Giảm nhiệt. Đậy nắp và đun nhỏ lửa trong 15 phút hoặc cho đến khi nước ngấm.

b) Trong một cái bát, đun nóng bông cải xanh và súp lơ trắng với ⅓ cốc nước trong lò vi sóng ở nhiệt độ cao trong 8 phút hoặc cho đến khi chín. Xả rau.

c) Làm nóng lò trước ở 350 độ.

d) Trong chảo rán, xào hành tây trong bơ. Xào cơm đã nấu chín vào hành tây. Trải hỗn hợp gạo vào chảo 9x13 inch đã bôi mỡ.

e) Khuấy rau, sốt phô mai, súp và sữa vào hỗn hợp cơm.

f) Nướng 30–35 phút hoặc cho đến khi sủi bọt.

41.Khoai tây Mozzarella soong

THÀNH PHẦN:
- 4 củ khoai tây vừa, gọt vỏ
- 4 quả cà chua Roma, thái lát
- 1 quả ớt chuông xanh lớn, bỏ hạt và cắt thành dải
- Muối và hạt tiêu cho vừa ăn
- 1 thìa cà phê gia vị Ý
- 2 cốc phô mai mozzarella bào
- 1 cốc kem chua

HƯỚNG DẪN:
a) Làm nóng lò ở 400 độ.

b) Trong nồi luộc, luộc khoai tây trong 25–30 phút cho đến khi chín một phần, sau đó cắt lát mỏng. Xếp một nửa mỗi lát khoai tây, lát cà chua và dải ớt chuông vào chảo mỡ 9x9 inch.

c) Nêm với muối và hạt tiêu. Rắc một nửa gia vị Ý và phô mai mozzarella lên rau. Lặp lại các lớp với khoai tây, cà chua và ớt chuông còn lại.

d) Rắc gia vị và phô mai còn lại lên rau, sau đó phết kem chua lên trên.

e) Đậy nắp và nướng trong 30–40 phút hoặc cho đến khi sủi bọt.

42.Kem Rau bina soong

THÀNH PHẦN:
- 2 gói (mỗi gói 10 ounce) rau bina cắt nhỏ đông lạnh
- 1 phong bì súp hành trộn
- 1 hộp (16 ounce) kem chua
- ¾ cốc phô mai cheddar bào

HƯỚNG DẪN:
a) Làm nóng lò trước ở 350 độ.

b) Nấu rau bina theo hướng dẫn gói và để ráo nước. Đặt vào đĩa nướng có dung tích 1 ½ đến 2 lít đã được bôi mỡ.

c) Khuấy hỗn hợp súp hành tây và kem chua.

d) Rắc phô mai lên trên. Nướng 20–25 phút hoặc cho đến khi sủi bọt.

43.soong Mexico

THÀNH PHẦN:
- 1 ống bột vỏ bánh pizza đông lạnh (13,8 ounce)
- 1 lon (16 ounce) đậu chiên
- ¾ cốc salsa đậm đặc
- 1 phong bì gia vị taco
- 1 ½ chén phô mai trộn Mexico
- 1 túi (10 ounce) rau diếp thái nhỏ
- 2 quả cà chua Roma, thái hạt lựu
- 1 ½ chén bánh tortilla phô mai nacho nghiền nát

HƯỚNG DẪN:
a) Làm nóng lò ở 400 độ.

b) Phủ bột bánh pizza lên phía dưới và một phần lên trên các cạnh của chảo 9x13 inch đã phết dầu mỡ. Nướng 10–12 phút hoặc cho đến khi có màu vàng nhạt.

c) Trong chảo, đun nóng đậu chiên và salsa với nhau cho đến khi sủi bọt. Khuấy gia vị taco vào hỗn hợp đậu chiên. Trải hỗn hợp đậu đã chiên lên trên lớp vỏ nướng.

d) Rắc phô mai lên đậu và nướng trong 5–8 phút hoặc cho đến khi phô mai tan chảy.

e) Xếp rau diếp, cà chua và bánh tortilla nghiền lên trên và dùng ngay.

44.Hầm hành ngọt

THÀNH PHẦN:
- 6 củ hành ngọt lớn, thái lát mỏng
- 6 muỗng canh bơ hoặc bơ thực vật, chia
- lon (10,75 ounce) kem súp cần tây, cô đặc
- ⅓ cốc sữa
- ½ muỗng cà phê tiêu đen
- 2 chén phô mai Thụy Sĩ bào, chia
- 6 lát bánh mì Pháp, cắt dày 1 inch

HƯỚNG DẪN:

a) Trong một chảo rán lớn, xào hành tây với 4 thìa bơ trong 11–13 phút hoặc cho đến khi hành tây mềm.

b) Trong một tô lớn, trộn súp, sữa, hạt tiêu và 1 ½ cốc phô mai.

c) Làm nóng lò trước ở 350 độ. Khuấy hành tây vào hỗn hợp súp. Trải hỗn hợp vào chảo 9x13 inch đã bôi mỡ. Rắc phô mai còn lại lên trên.

d) Đun chảy phần bơ còn lại và phết lên một mặt của từng lát bánh mì. Đặt các lát bánh mì có mặt bơ hướng lên trên vào chảo, xếp thành ba hàng.

e) Nướng 24–28 phút. Làm nguội 5–7 phút trước khi dùng.

45.Bánh Shepherd chay

THÀNH PHẦN:
- 1 túi (16 ounce) rau trộn California đông lạnh
- 1 lon (10,75 ounce) súp phô mai cheddar, cô đặc
- ½ thìa cà phê húng tây
- 2 chén khoai tây nghiền, nêm tỏi

HƯỚNG DẪN:
a) Làm nóng lò trước ở 350 độ.

b) Trong chảo 9x9 inch đã bôi mỡ, kết hợp rau đông lạnh, súp và húng tây. Trải đều khoai tây lên lớp rau. Che và nướng 25 phút.

c) Mở nắp và nướng thêm 15–20 phút hoặc cho đến khi nóng hoàn toàn.

46.Rau củ hầm

THÀNH PHẦN:
- 1 túi (16 ounce) đậu xanh đông lạnh
- 1 túi (16 ounce) rau trộn đông lạnh
- 2 lon (10,75 ounce) kem súp nấm, cô đặc
- 1 lon (6 ounce) hành tây chiên kiểu Pháp
- 1 hộp (6 ounce) hỗn hợp nhồi gia vị
- 3 muỗng canh bơ hoặc bơ thực vật, tan chảy
- ¼ cốc nước

HƯỚNG DẪN:
a) Làm nóng lò trước ở 350 độ.
b) Đổ rau đông lạnh vào đáy chảo 9x13 inch đã bôi mỡ.
c) Khuấy súp vào rau.
d) Rắc hành và nhồi trộn đều lên trên.
e) Rưới bơ tan chảy và nước lên lớp nhồi.
f) Đậy nắp và nướng trong 55–65 phút hoặc cho đến khi nóng hoàn toàn.

47.Bí ngòi nướng phô mai

THÀNH PHẦN:
- 1 quả bí vừa, thái lát mỏng
- 1 củ hành ngọt, thái lát mỏng
- 2 quả cà chua Roma, thái lát mỏng
- 2 muỗng canh bơ hoặc bơ thực vật, tan chảy
- ¾ cốc vụn bánh mì hương vị Ý
- 1 cốc phô mai mozzarella bào

HƯỚNG DẪN:
a) Làm nóng lò trước ở 350 độ.
b) Trong chảo mỡ 9x9 inch, xếp từng lớp bí xanh, hành tây và cà chua.
c) Rưới bơ lên rau. Rắc vụn bánh mì lên trên.
d) Đậy nắp và nướng trong 45–50 phút hoặc cho đến khi rau mềm. Lấy ra khỏi lò, mở nắp và rắc phô mai lên trên.
e) Nướng thêm 5–7 phút nữa hoặc cho đến khi phô mai sủi bọt.

ĐẬU VÀ ĐẬP SÒNG

48.Bánh tortilla đậu đen xếp chồng lên nhau

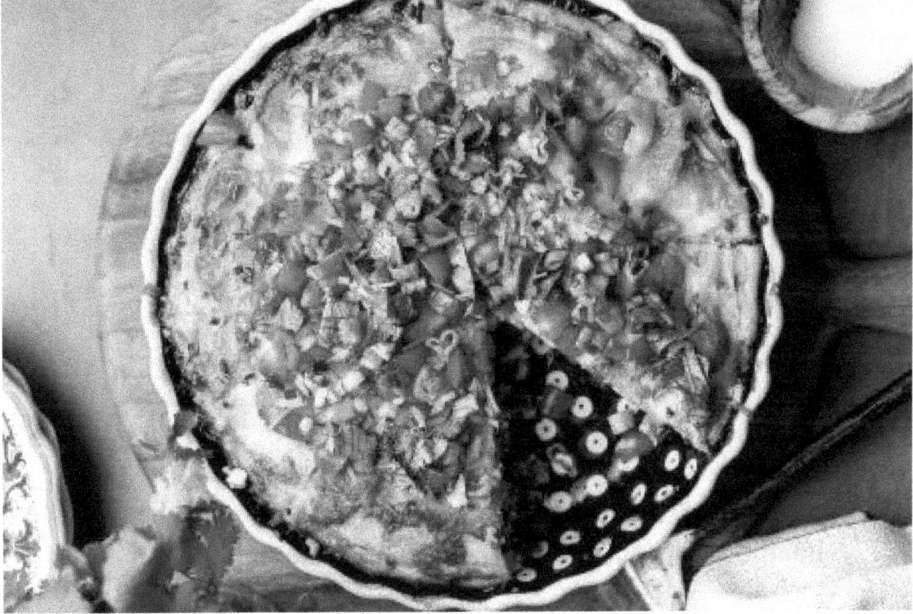

THÀNH PHẦN:

- 1 lon (16 ounce) đậu chiên
- 1 cốc salsa, chia
- 1 thìa cà phê tỏi băm
- 1 muỗng canh rau mùi khô
- 1 lon (15 ounce) đậu đen, rửa sạch và để ráo nước
- 1 quả cà chua vừa, xắt nhỏ
- 7 bánh bột mì vừa
- 2 cốc phô mai cheddar bào

HƯỚNG DẪN:

a) Làm nóng lò ở 400 độ.

b) Trong một cái bát, trộn đậu chiên, ¾ cốc salsa và tỏi.

c) Trong một bát riêng, kết hợp salsa, ngò, đậu đen và cà chua còn lại.

d) Đặt một chiếc bánh tortilla vào đáy chảo nướng bánh đã phết mỡ. Rải một phần tư hỗn hợp đậu đã chiên lên bánh tortilla cách mép ½ inch.

e) Rắc ¼ cốc phô mai lên đậu và phủ một lớp bánh tortilla khác lên. Múc một phần ba hỗn hợp đậu đen lên bánh tortilla.

f) Rắc ¼ cốc phô mai lên hỗn hợp đậu đen và phủ một lớp bánh tortilla khác lên trên.

g) Lặp lại các lớp, kết thúc bằng lớp hỗn hợp đậu chiên cuối cùng trải trên bánh tortilla cuối cùng. Rắc ½ cốc phô mai. Đậy nắp và nướng trong 35–40 phút.

h) Phục vụ từng miếng bánh với salsa và kem chua.

49.Hộp đựng đỗ xanh

THÀNH PHẦN:

- 2 lon (mỗi 14,5 ounce) đậu xanh cắt kiểu Pháp, để ráo nước
- 1 lon (10,75 ounce) kem súp nấm, cô đặc
- ⅔ cốc sữa
- ⅓ chén thịt xông khói thật
- ¼ thìa cà phê tiêu đen
- 1 ¼ chén hành tây chiên kiểu Pháp, chia

HƯỚNG DẪN:

a) Làm nóng lò trước ở 350 độ.

b) Kết hợp tất cả các thành phần ngoại trừ hành tây trong đĩa nướng có dung tích 1 ½ đến 2 lít. Khuấy ½ chén hành tây. Nướng, không đậy nắp, 30 phút hoặc cho đến khi sủi bọt.

c) Rắc hành còn lại lên trên và nướng thêm 5 phút nữa.

50.Món thịt hầm của người yêu ngô Indiana

THÀNH PHẦN:

- 2 quả trứng, đánh nhẹ
- 1 lon (14,75 ounce) ngô kiểu kem
- lon 12 ounce ngô nguyên hạt, để ráo nước
- ¾ cốc kem chua
- 3 muỗng canh bơ hoặc bơ thực vật, tan chảy
- 1 ½ chén phô mai cheddar bào
- 1 củ hành vừa, xắt nhỏ
- 4 ounce ớt xanh cắt nhỏ, để ráo nước
- 1 gói (6,5 ounce) hỗn hợp bánh muffin ngô

HƯỚNG DẪN:

a) Làm nóng lò trước ở 350 độ.

b) Trong một tô lớn, trộn trứng, ngô, kem chua, bơ, phô mai, hành tây và ớt. Nhẹ nhàng gấp hỗn hợp bánh ngô vào cho đến khi ẩm. Trải hỗn hợp vào đĩa nướng 2 lít đã phết mỡ.

c) Nướng 60–70 phút hoặc cho đến khi mặt trên và giữa có màu vàng nâu.

51.soong hominy

THÀNH PHẦN:

- 1 củ hành vừa, xắt nhỏ
- 1 quả ớt chuông xanh lớn, bỏ hạt và thái hạt lựu
- ½ cốc bơ hoặc bơ thực vật
- Lon 15,5 ounce hominy trắng, để ráo nước
- Lon 15,5 ounce hominy màu vàng, để ráo nước
- lon 12 ounce ngô nguyên hạt, để ráo nước
- 4 ounce nấm cắt lát, để ráo nước
- ¼ chén phô mai Parmesan bào
- 1 cốc Cheez Whiz
- ¼ chén pimiento thái hạt lựu, để ráo nước

HƯỚNG DẪN:

a) Làm nóng lò trước ở 350 độ.

b) Trong chảo rán, xào hành tây và ớt chuông trong bơ cho đến khi mềm. Khuấy các nguyên liệu còn lại vào hỗn hợp hành tây. Trải vào chảo 8x8 inch đã bôi mỡ.

c) Nướng 30–35 phút hoặc cho đến khi sủi bọt.

GẠO VÀ MÌ HÒN

52.Bánh mỳ soong

THÀNH PHẦN:
- 16 cốc nước
- 7 ½ chén mì trứng khô
- Phô mai kem 8 ounce, làm mềm
- 6 muỗng canh. bơ không muối, làm mềm
- 1 cốc đường cát
- 3 quả trứng
- 1 cốc sữa nguyên chất
- 1 cốc mật hoa mơ
- 1 chén vụn bánh ngô
- 6 muỗng canh. bơ không muối tan chảy
- ½ muỗng cà phê quế xay

HƯỚNG DẪN:

a) Trong chảo nước sốt lớn trên lửa vừa, thêm nước. Khi nước sôi thì cho mì trứng vào khuấy đều. Nấu trong 6 phút hoặc cho đến khi mì mềm. Lấy chảo ra khỏi bếp và xả hết nước ra khỏi chảo.

b) Trong một tô lớn, thêm kem phô mai, bơ đã làm mềm và ½ cốc đường cát. Dùng máy trộn ở tốc độ trung bình, đánh cho đến khi mịn và như kem. Thêm trứng vào bát. Trộn cho đến khi kết hợp.

c) Thêm sữa và mật hoa mơ. Chỉ trộn cho đến khi kết hợp. Thêm vào mì và đảo cho đến khi mì được phủ kem.

d) Làm nóng lò ở nhiệt độ 350°. Xịt chảo nướng 9 x 13 bằng bình xịt chống dính. Trong một bát nhỏ, thêm vụn bánh ngô, ½ cốc đường, bơ tan chảy và quế. Khuấy cho đến khi kết hợp. Trải mì vào chảo nướng.

e) Rắc bánh ngô lên trên.

f) Nướng trong 25 phút hoặc cho đến khi thịt hầm được đặt ở giữa, nóng và sủi bọt. Lấy ra khỏi lò và phục vụ.

53.Pasta cá tuyết soong

THÀNH PHẦN:

- 14 cốc nước
- 1 thìa cà phê gia vị chanh tiêu
- 1 lá nguyệt quế
- 2 pound phi lê cá tuyết, cắt thành miếng 1 inch
- 1 chén mì khô vỏ nhỏ
- 1 quả ớt chuông đỏ, xắt nhỏ
- 1 quả ớt chuông xanh, xắt nhỏ
- 1 chén hành tây xắt nhỏ
- 1 muỗng canh. Bơ không muối
- 3 muỗng canh. bột mì đa dụng
- 2 ½ cốc sữa đặc
- ¾ thìa cà phê muối
- ½ muỗng cà phê húng tây khô
- ¼ thìa cà phê tiêu đen
- 1 chén hỗn hợp phô mai Mexico cắt nhỏ

HƯỚNG DẪN:

a) Trong chảo lớn trên lửa vừa, thêm 6 cốc nước, gia vị tiêu chanh và lá nguyệt quế. Đun sôi và thêm cá tuyết. Đậy nắp trên chảo. Đun nhỏ lửa trong 5-6 phút hoặc cho đến khi cá bong ra và mềm. Tắt bếp và chắt hết nước ra khỏi chảo. Loại bỏ lá nguyệt quế và loại bỏ.

b) Trong chảo nước sốt trên lửa vừa, thêm 8 cốc nước. Khi nước sôi, cho mì ống có vỏ vào khuấy đều. Nấu trong 6 phút hoặc cho đến khi mì ống mềm. Tắt bếp và chắt hết nước ra khỏi mì ống.

c) Trong chảo nước sốt ở lửa vừa, thêm ớt chuông đỏ, ớt chuông xanh,

d) hành tây và bơ. Xào trong 5 phút hoặc cho đến khi rau mềm. Thêm bột mì đa dụng vào chảo. Khuấy liên tục và nấu trong 1 phút. Trong khi liên tục khuấy, từ từ thêm sữa bay hơi. Tiếp tục khuấy và nấu trong 2 phút hoặc cho đến khi nước sốt đặc lại.

e) Thêm muối, húng tây, hạt tiêu đen và phô mai Mexico vào chảo. Khuấy cho đến khi hòa quyện và phô mai tan chảy. Lấy chảo ra khỏi bếp.

f) Thêm mì ống và cá vào nước sốt. Nhẹ nhàng khuấy cho đến khi kết hợp. Làm nóng lò ở nhiệt độ 350°. Xịt dung tích 2 lít vào đĩa nướng bằng bình xịt nấu ăn chống dính. Múc thịt hầm vào khay nướng. Đậy đĩa bằng nắp hoặc giấy nhôm.

g) Nướng trong 25 phút hoặc cho đến khi thịt hầm nóng và sủi bọt. Lấy ra khỏi lò và phục vụ.

54.Mì hầm Thổ Nhĩ Kỳ

THÀNH PHẦN:
- 1 túi (12 ounce) mì trứng
- 1 lon (10,75 ounce) kem súp cần tây, cô đặc
- ½ cốc sữa
- 1 lon (5 ounce) gà tây, để ráo nước
- 2 cốc phô mai cheddar bào
- ½ chén khoai tây nghiền

HƯỚNG DẪN:
a) Làm nóng lò ở 400 độ.

b) Luộc mì theo hướng dẫn trên bao bì và để ráo nước. Khuấy súp, sữa, gà tây và phô mai vào mì nóng.

c) Trải hỗn hợp mì vào đĩa nướng 2 lít đã phết mỡ.

d) Nướng 15 phút. Phủ khoai tây chiên nghiền lên trên và nướng thêm 3–5 phút nữa.

55.Pasta hải sản soong

THÀNH PHẦN:

- ¼ chén dầu ô liu
- 1 pound măng tây tươi, cắt nhỏ và cắt thành miếng 1"
- 1 chén hành lá xắt nhỏ
- 1 muỗng canh. tỏi băm
- 16 ounce mỗi kg. mì linguine, nấu chín và để ráo nước
- 1 pound tôm vừa, nấu chín, bóc vỏ và bỏ chỉ
- 8 ounce thịt cua, nấu chín
- 8 ounce tôm hùm giả hoặc tươi, nấu chín
- 8 ounce ô liu đen, để ráo nước

HƯỚNG DẪN:

a) Làm nóng lò ở nhiệt độ 350°. Xịt dung dịch xịt chống dính vào đĩa thịt hầm 4 lít. Trong chảo trên lửa vừa, thêm dầu ô liu.

b) Khi dầu nóng, thêm măng tây, hành lá và tỏi vào. Xào trong 5 phút.

c) Nhấc chảo ra khỏi bếp rồi thêm rau và dầu ô liu vào món thịt hầm.

d) Thêm mì ống, cua, tôm hùm và ô liu đen vào món thịt hầm.

e) Quăng cho đến khi kết hợp. Nướng trong 30 phút hoặc cho đến khi nồi nóng.

f) Lấy ra khỏi lò và phục vụ.

56.Cơm và thịt hầm Chile xanh

THÀNH PHẦN:
- 1 hộp (6 ounce) hỗn hợp hạt dài ăn liền và gạo hoang
- 1 cốc kem chua
- 4 ounce ớt xanh cắt nhỏ, để ráo nước
- 1 cốc phô mai cheddar bào
- 1 cốc phô mai Monterey Jack bào

HƯỚNG DẪN:
a) Chuẩn bị gạo theo hướng dẫn trên bao bì.

b) Làm nóng lò trước ở 350 độ.

c) Trong một cái bát, trộn đều kem chua và ớt xanh. Trải một nửa số cơm đã nấu chín lên đáy chảo 8x8 inch đã phết mỡ. Đổ một nửa hỗn hợp kem chua lên cơm. Rắc một nửa mỗi miếng phô mai lên trên.

d) Múc cơm còn lại lên trên phô mai. Phết hỗn hợp kem chua còn lại lên cơm, sau đó rắc phô mai còn lại lên trên.

e) Nướng, không đậy nắp, 15–20 phút hoặc cho đến khi sủi bọt.

57.Cá và mì ống phô mai soong

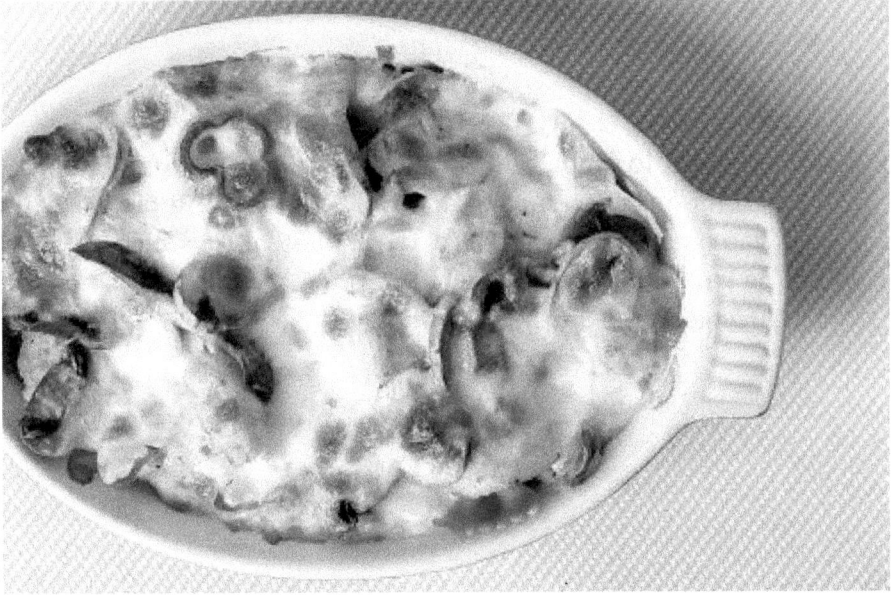

THÀNH PHẦN:

- 16 ounce mì ống xoăn, nấu chín và để ráo nước
- 1 lọ (16 ounce) nước sốt cheddar đôi Ragu
- 5 phi lê cá tẩm bột đông lạnh

HƯỚNG DẪN:

a) Làm nóng lò ở nhiệt độ 375 độ.

b) Nấu mì ống theo hướng dẫn trên bao bì và để ráo nước. Đặt mì ống vào chảo 9x13 inch đã bôi mỡ. Khuấy nước sốt cheddar vào mì. Đặt cá lên trên.

c) Nướng, không đậy nắp, 30 phút.

58.bánh rotini nướng

THÀNH PHẦN:

- 12 ounce rotini xoăn chưa nấu chín hoặc mì ống nhỏ
- 1 pound thịt bò xay
- 1 lọ (26 ounce) nước sốt spaghetti
- 2 quả trứng, đánh nhẹ
- 1 thùng (16 ounce) phô mai
- 2 cốc phô mai mozzarella bào, chia đôi
- ½ cốc phô mai Parmesan bào

HƯỚNG DẪN:

a) Làm nóng lò trước ở 350 độ.

b) Luộc mì theo hướng dẫn trên bao bì và để ráo nước.

c) Trong chảo rán, rán thịt bò chín vàng và ráo nước trong khi nấu mì. Khuấy nước sốt spaghetti vào thịt bò.

d) Trong một tô lớn, trộn trứng, phô mai tươi, 1 cốc phô mai mozzarella và phô mai Parmesan. Nhẹ nhàng gấp mì đã nấu chín vào hỗn hợp phô mai. Trải một phần ba hỗn hợp thịt bò lên đáy chảo 9x13 inch đã bôi mỡ. Đặt một nửa hỗn hợp mì ống lên trên thịt bò.

e) Phủ một phần ba hỗn hợp thịt bò lên trên mì. Xếp mì còn lại lên trên, tiếp theo là hỗn hợp thịt bò còn lại.

f) Đậy nắp và nướng 40 phút. Mở nắp và rắc phô mai mozzarella còn lại lên trên. Quay trở lại lò nướng và nướng thêm 5–10 phút nữa hoặc cho đến khi phô mai tan chảy.

59.Mì thịt hầm Cheddar Ham

THÀNH PHẦN:

- 1 túi (12 ounce) mì trứng
- ¼ chén ớt chuông xanh thái hạt lựu
- ½ củ hành vừa
- 1 muỗng canh dầu ô liu
- 1 lon (10,75 ounce) kem súp nấm, cô đặc
- ⅔ cốc sữa
- 1 ½ chén giăm bông nấu chín hoàn toàn thái hạt lựu
- 2 cốc phô mai cheddar bào

HƯỚNG DẪN:

a) Làm nóng lò ở 400 độ.

b) Luộc mì theo hướng dẫn trên bao bì và để ráo nước.

c) Trong chảo rán, xào ớt chuông và hành tây trong dầu ô liu cho đến khi hành tây trong suốt. Khuấy súp, sữa, giăm bông, rau và phô mai vào mì ấm.

d) Trải hỗn hợp mì vào đĩa nướng 2 lít đã phết mỡ.

e) Nướng 15 phút hoặc cho đến khi nóng qua.

60.Macaroni nướng kiểu Ý

THÀNH PHẦN:

- 8 ounce mì ống khuỷu tay chưa nấu chín
- 1 pound thịt bò xay, chín vàng và để ráo nước
- Muối và hạt tiêu cho vừa ăn
- 1 lọ (14 ounce) nước sốt pizza
- Nấm cắt lát lon 4 ounce
- 2 cốc phô mai mozzarella bào

HƯỚNG DẪN:

a) Làm nóng lò trước ở 350 độ.

b) Nấu mì ống theo hướng dẫn trên bao bì và để ráo nước.

c) Ướp thịt bò nấu chín với muối và hạt tiêu. Đặt một nửa mì ống vào đáy đĩa nướng 2 lít đã phết mỡ.

d) Xếp từng lớp một nửa thịt bò, sốt pizza, nấm và phô mai. Đặt mì ống còn lại lên trên và lặp lại các lớp.

e) Đậy nắp và nướng 20 phút.

f) Đậy nắp và nướng thêm 5–10 phút hoặc cho đến khi phô mai tan chảy.

61.Bánh bao Ý Alfredo nướng

THÀNH PHẦN:

- 1 túi (25 ounce) bánh bao Ý xúc xích Ý đông lạnh
- 1 túi (16 ounce) bông cải xanh đông lạnh
- 1 lọ (16 ounce) nước sốt Alfredo
- ¾ cốc sữa
- ¼ chén vụn bánh mì tẩm gia vị

HƯỚNG DẪN:

a) Làm nóng lò trước ở 350 độ.

b) Đặt bánh bánh bao Ý đông lạnh vào đáy chảo 9x13 inch đã bôi mỡ. Trải bông cải xanh lên bánh bánh bao Ý. Đổ nước sốt Alfredo lên bông cải xanh. Rưới đều sữa lên trên.

c) Đậy nắp và nướng 50 phút. Mở nắp và rắc vụn bánh mì lên trên.

d) Nướng, không đậy nắp, thêm 10 phút nữa hoặc cho đến khi nóng hoàn toàn.

THỊ T HEO HỘP

62.Xúc xích Spaghetti soong

THÀNH PHẦN:

- xúc xích 1 pound
- 1 củ hành vừa, xắt nhỏ
- 1 lọ (26 ounce) nước sốt spaghetti
- ½ cốc nước
- 1 gói (16 ounce) mì spaghetti, nấu chín và để ráo nước
- ¼ cốc bơ hoặc bơ thực vật, tan chảy
- 3 quả trứng, đánh đập
- ½ cốc phô mai Parmesan bào
- 2 cốc phô mai mozzarella bào, chia đôi
- 1 hộp phô mai (16 ounce)

HƯỚNG DẪN:

a) Làm nóng lò trước ở 350 độ.

b) Cho xúc xích và hành tây vào chảo rán cùng nhau rồi chắt hết dầu mỡ thừa. Khuấy nước sốt spaghetti và nước vào hỗn hợp xúc xích. Để nước sốt sôi ở lửa nhỏ trong 5 phút.

c) Trong một cái bát, trộn spaghetti nấu chín, bơ, trứng, Parmesan và một nửa phô mai mozzarella. Trải hỗn hợp mì vào chảo 9x13 inch đã bôi mỡ.

d) Trải đều phô mai tươi lên mì.

e) Trải đều hỗn hợp nước sốt spaghetti lên trên. Rắc phô mai còn lại lên nước sốt.

f) Che và nướng 25 phút.

g) Mở nắp và nướng thêm 10–15 phút nữa.

63.Pizza nướng thịt xông khói Canada

THÀNH PHẦN:
- 2 ống (7,5 ounce mỗi ống) bánh quy bơ sữa đông lạnh
- 1 lọ (14 ounce) nước sốt pizza
- 1 cốc phô mai Ý xay
- 15 đến 20 lát thịt xông khói Canada
- 1 ½ chén phô mai mozzarella bào, chia

HƯỚNG DẪN:
a) Làm nóng lò ở nhiệt độ 375 độ.
b) Tách bánh quy và cắt mỗi chiếc thành 4 miếng. Cho vào tô lớn và trộn với sốt pizza và phô mai Ý. Đặt hỗn hợp bánh quy vào chảo 9x13 inch đã bôi mỡ.
c) Xếp đều các lát thịt xông khói Canada lên trên.
d) Rắc phô mai mozzarella lên trên.
e) Nướng 20–25 phút hoặc cho đến khi bánh quy chín.

64.Potpie bông cải xanh và giăm bông

THÀNH PHẦN:
- 1 gói (10 ounce) bông cải xanh xắt nhỏ đông lạnh, rã đông
- 1 lon (15 ounce) ngô nguyên hạt, để ráo nước
- 1 lon (10,75 ounce) kem súp nấm, cô đặc
- 2 chén giăm bông nấu chín hoàn toàn cắt nhỏ
- 1 ½ chén phô mai cheddar bào
- ¾ cốc kem chua
- ½ muỗng cà phê tiêu đen
- 1 vỏ bánh đông lạnh

HƯỚNG DẪN:
a) Làm nóng lò ở 425 độ.

b) Trải bông cải xanh vào đáy chảo nướng bánh sâu 10 inch có thể bôi mỡ nhẹ và dùng được trong lò vi sóng hoặc đĩa tròn 1 ½ lít.

c) Trong một bát, trộn ngô, súp, giăm bông, phô mai, kem chua và hạt tiêu với nhau. Đổ hỗn hợp lên trên bông cải xanh. Đậy lại bằng khăn giấy và cho vào lò vi sóng ở nhiệt độ cao trong 3–4 phút rưỡi hoặc cho đến khi nóng.

d) Đặt lớp vỏ bánh chưa mở lên trên hỗn hợp giăm bông và nhét các cạnh vào trong chảo. Cắt bốn khe 1 inch trên vỏ bánh để hơi nước thoát ra trong quá trình nướng. Đặt chảo lên trên một tấm nướng bánh.

e) Nướng 15 phút hoặc cho đến khi lớp vỏ chuyển sang màu nâu vàng.

65.Pizza hầm kiểu Chicago

THÀNH PHẦN:

- 2 ống (13,8 ounce mỗi ống) bột vỏ bánh pizza để lạnh
- 2 chén nước sốt spaghetti truyền thống, chia
- Xúc xích 1 pound, chín vàng và để ráo nước
- ½ củ hành vừa, xắt nhỏ
- 2 cốc phô mai mozzarella bào, chia đôi

HƯỚNG DẪN:

a) Làm nóng lò ở nhiệt độ 375 độ.

b) Trải 1 lớp vỏ lên trên và lên trên các cạnh của chảo 9x13 inch được bôi mỡ nhẹ. Rưới 1-½ cốc nước sốt lên vỏ bánh. Trải xúc xích nấu chín và hành tây lên trên nước sốt. Rắc 1-½ cốc phô mai lên lớp xúc xích.

c) Đặt lớp vỏ bánh pizza còn lại lên trên và kẹp bột từ lớp vỏ trên và dưới lại với nhau. Cắt các khe 1 inch ở lớp vỏ trên cùng. Cẩn thận phết phần nước sốt và phô mai còn lại lên trên.

d) Nướng 30 phút hoặc cho đến khi lớp vỏ có màu nâu vàng và chín ở giữa.

66.Bông cải xanh, phô mai và giăm bông

THÀNH PHẦN:
- 1 gói (10 ounce) bông cải xanh đông lạnh
- 1 chén giăm bông nấu chín hoàn toàn thái hạt lựu
- 1 lon (10,75 ounce) súp phô mai cheddar, cô đặc
- ½ cốc kem chua
- 2 cốc vụn bánh mì
- 1 muỗng canh bơ hoặc bơ thực vật, tan chảy

HƯỚNG DẪN:
a) Làm nóng lò trước ở 350 độ.
b) Nấu bông cải xanh theo hướng dẫn trên bao bì. Trong một tô lớn, trộn tất cả nguyên liệu trừ vụn bánh mì và bơ. Chuyển hỗn hợp vào chảo 9x13 inch đã bôi mỡ. Trộn vụn bánh mì và bơ rồi rắc lên hỗn hợp. Nướng 30–35 phút.

67.Sườn heo phô mai Thụy Sĩ

THÀNH PHẦN:
- 6 miếng sườn heo
- 1 muỗng canh bơ hoặc bơ thực vật
- 12 lá nguyệt quế tươi
- 6 lát giăm bông
- 2 muỗng canh cây xô thơm tươi xắt nhỏ
- 1 cốc phô mai Thụy Sĩ bào

HƯỚNG DẪN:

a) Làm nóng lò ở nhiệt độ 375 độ.

b) Trong chảo rán, sườn heo nâu phết bơ 2–3 phút mỗi mặt. Đặt lên đĩa có lót sẵn khăn giấy cho ráo nước.

c) Trong chảo mỡ 9x13 inch, xếp từng lớp sườn heo, lá nguyệt quế, giăm bông, cây xô thơm và phô mai.

d) Che và nướng 25 phút.

68.Thiên đường băm nâu

THÀNH PHẦN:
- 4 chén khoai tây băm nhỏ đông lạnh, rã đông
- 1 pound thịt xông khói, nấu chín và vỡ vụn
- ⅔ cốc sữa
- ½ chén hành tây xắt nhỏ
- ½ muỗng cà phê muối
- ¼ thìa cà phê tiêu đen
- ⅛ muỗng cà phê bột tỏi (tùy chọn)
- 2 muỗng canh bơ hoặc bơ thực vật, tan chảy

HƯỚNG DẪN:
a) Làm nóng lò trước ở 350 độ.
b) Trộn tất cả các nguyên liệu trong một cái tô lớn.
c) Chuyển sang chảo 8x8 inch đã được bôi mỡ.
d) Nướng 45 phút.

69.Jambalaya

THÀNH PHẦN:
- ½ cốc bơ hoặc bơ thực vật
- 1 củ hành lớn, xắt nhỏ
- 1 quả ớt chuông xanh lớn, xắt nhỏ
- ½ chén cần tây thái hạt lựu
- 1 thìa tỏi băm
- 1 pound xúc xích hun khói nấu chín hoàn toàn, thái lát
- 3 chén nước luộc gà
- 2 chén cơm trắng chưa nấu chín
- 1 cốc cà chua xắt nhỏ
- ½ chén hành lá xắt nhỏ
- 1-½ muỗng canh mùi tây
- 1 muỗng canh sốt Worcestershire
- 1 muỗng canh sốt Tabasco

HƯỚNG DẪN:

a) Làm nóng lò ở nhiệt độ 375 độ.

b) Trong chảo rán, làm tan bơ. Xào hành tây, ớt chuông, cần tây và tỏi trong bơ cho đến khi mềm.

c) Trong một tô lớn, trộn xúc xích, nước dùng, cơm, cà chua, hành lá, mùi tây, sốt Worcestershire và sốt Tabasco. Khuấy rau xào vào hỗn hợp xúc xích.

d) Trải vào chảo 9x13 inch đã bôi mỡ.

e) Đậy nắp và nướng 20 phút. Khuấy, đậy nắp và nướng thêm 20 phút nữa.

f) Khuấy, đậy nắp và nướng lần cuối trong 5–10 phút hoặc cho đến khi cơm chín.

70.Cơm Cam Và Sườn Heo

THÀNH PHẦN:
- 6 miếng sườn heo
- Muối và hạt tiêu cho vừa ăn
- 1 ⅓ chén cơm trắng chưa nấu chín
- 1 cốc nước cam
- 1 lon (10,75 ounce) súp cơm gà, cô đặc

HƯỚNG DẪN:
a) Làm nóng lò trước ở 350 độ.

b) Trong chảo rán, sườn heo nâu được nướng 2 phút mỗi mặt và nêm muối và hạt tiêu. Để qua một bên.

c) Trong chảo 9x13 inch đã bôi mỡ, trộn gạo và nước cam.

d) Đặt sườn heo lên trên cơm. Đổ súp lên trên. Đậy nắp và nướng 45 phút.

e) Đậy nắp và nấu thêm 10 phút nữa hoặc cho đến khi chín.

71.Xúc xích Xúc xích hun khói soong

THÀNH PHẦN:
- xúc xích 1 pound
- 1 củ hành vừa, xắt nhỏ
- 1 gói (3,5 ounce) Xúc xích hun khói thái lát
- 1 lọ (14 ounce) nước sốt pizza
- 1 ¼ chén phô mai mozzarella bào
- 1 cốc hỗn hợp bánh quy
- 1 cốc sữa
- 2 quả trứng, đánh nhẹ

HƯỚNG DẪN:

a) Làm nóng lò ở 400 độ.

b) Cho xúc xích và hành tây vào chảo rán cho đến khi chín. Xả hết dầu mỡ thừa sau đó cho Xúc xích hun khói vào trộn. Trải hỗn hợp thịt vào chảo 8x8 inch đã bôi mỡ. Rưới đều nước sốt lên thịt. Rắc phô mai lên nước sốt.

c) Trong một bát riêng, trộn hỗn hợp bánh quy, sữa và trứng với nhau. Đổ đều bột lên hỗn hợp thịt và nước sốt.

d) Nướng, không đậy nắp, 25 phút hoặc cho đến khi có màu vàng nâu.

BÒ HẦM

72.Bún bò

THÀNH PHẦN:

- 1 pound thịt bò nạc hầm, nấu chín
- 1 gói (16 ounce) rau trộn đông lạnh, rã đông
- 1 lọ (12 ounce) nước sốt nấm
- ½ thìa cà phê húng tây
- 1 ống (8 ounces) cuộn lưỡi liềm làm lạnh

HƯỚNG DẪN:

a) Làm nóng lò ở nhiệt độ 375 độ.

b) Kết hợp tất cả các thành phần ngoại trừ cuộn trong chảo 9x13 inch đã bôi mỡ.

c) Nướng 20 phút.

d) Lấy ra khỏi lò và đặt miếng bột dẹt lên trên.

e) Quay trở lại lò nướng và nướng trong 17–19 phút hoặc cho đến khi lớp vỏ có màu nâu vàng.

73.Bánh Ngô Ớt

THÀNH PHẦN:

- 1 củ hành vừa, xắt nhỏ
- 1 muỗng canh bơ hoặc bơ thực vật
- 2 lon (15 ounce mỗi lon) ớt với thịt và đậu
- 1 lon (11 ounce) ngô kiểu Mexico, để ráo nước
- 1 cốc phô mai cheddar bào
- 1 gói hỗn hợp bánh mì ngô (cỡ chảo 8x8 inch)

HƯỚNG DẪN:

a) Làm nóng lò ở 425 độ.

b) Trong chảo rán, xào hành tây với bơ cho đến khi hành tây mềm. Khuấy ớt và ngô. Trải hỗn hợp ớt vào chảo 9x13 inch đã bôi mỡ. Rắc phô mai lên trên.

c) Trong một cái bát, trộn hỗn hợp bánh mì ngô theo hướng dẫn trên bao bì. Đổ đều bột lên hỗn hợp ớt.

d) Nướng 25 phút hoặc cho đến khi bánh ngô có màu nâu vàng và đặt ở giữa.

74.Enchilada soong

THÀNH PHẦN:
- 1 pound thịt bò xay, chín vàng và để ráo nước
- 1 lon (15 ounce) ớt, bất kỳ loại nào
- 1 lon (8 ounce) nước sốt cà chua
- 1 lon (10 ounce) nước sốt enchilada
- 1 túi (10 ounce) ngô chiên Fritos, chia đôi
- 1 cốc kem chua
- 1 cốc phô mai cheddar bào

HƯỚNG DẪN:
a) Làm nóng lò trước ở 350 độ.

b) Trong một tô lớn, trộn thịt bò nấu chín, ớt, sốt cà chua và sốt enchilada. Khuấy 2/3 số khoai tây chiên. Trải hỗn hợp vào đĩa nướng 2 lít đã phết mỡ.

c) Nướng, không đậy nắp, từ 24–28 phút hoặc cho đến khi nóng hoàn toàn.

d) Rưới kem chua lên trên. Rắc phô mai lên trên kem chua. Nghiền vụn khoai tây chiên còn lại và rắc lên trên.

e) Nướng thêm 5–8 phút nữa hoặc cho đến khi phô mai tan chảy.

75.Enchiladas kem phô mai

THÀNH PHẦN:

- 1 pound thịt bò xay, chín vàng và để ráo nước
- ½ chén hành tây xắt nhỏ
- 2 lon (mỗi 8 ounce) nước sốt cà chua
- ¼ cốc nước
- 1 ½ thìa cà phê ớt bột
- ½ muỗng cà phê tiêu đen
- 1 gói (8 ounce) kem phô mai, làm mềm
- 12 bánh bột mì vừa
- 2 cốc phô mai cheddar bào
- rau diếp cắt nhỏ
- kem chua

HƯỚNG DẪN:

a) Làm nóng lò ở nhiệt độ 375 độ.

b) Trong một tô lớn, trộn thịt bò nấu chín, hành tây, sốt cà chua, nước và gia vị. Phết phô mai kem lên bánh ngô, cuộn lại và đặt vào chảo 9x13 inch đã bôi mỡ. Đổ hỗn hợp thịt bò lên bánh ngô.

c) Rắc phô mai cheddar. Che và nướng 25 phút.

d) Ăn kèm với rau diếp cắt nhỏ và phủ một ít kem chua lên trên.

76.Chilighetti

THÀNH PHẦN:

- 1 pound thịt bò xay, chín vàng và để ráo nước
- 1 gói (8 ounces) spaghetti, nấu chín và để ráo nước
- ½ chén hành tây xắt nhỏ
- 1 cốc kem chua
- 2 lon (mỗi 8 ounce) nước sốt cà chua
- Nấm cắt lát lon 4 ounce
- 2 lon (16 ounce mỗi loại) ớt, bất kỳ loại nào
- 1 tép tỏi, băm nhỏ
- 2 cốc phô mai cheddar bào

HƯỚNG DẪN:

a) Làm nóng lò trước ở 350 độ.

b) Trong một tô lớn, trộn tất cả nguyên liệu trừ phô mai.

c) Chuyển hỗn hợp vào chảo 9x13 inch đã bôi mỡ. Phủ phô mai lên trên.

d) Nướng 20 phút.

77.Tacos món ăn sâu

THÀNH PHẦN:

- ½ cốc kem chua
- ½ cốc sốt mayonaise
- ½ cốc phô mai cheddar bào
- ¼ chén hành tây xắt nhỏ
- 1 cốc hỗn hợp bánh quy
- ¼ cốc nước lạnh
- ½ pound thịt bò xay, chín vàng và để ráo nước
- 1 quả cà chua vừa, thái lát mỏng
- ½ chén ớt chuông xanh, xắt nhỏ

HƯỚNG DẪN:

a) Làm nóng lò ở nhiệt độ 375 độ.

b) Trong một cái bát, trộn kem chua, sốt mayonnaise, phô mai và hành tây. Để qua một bên.

c) Trong một bát riêng, trộn hỗn hợp bánh quy và nước cho đến khi tạo thành bột mềm.

d) Nhấn bột ở phía dưới và lên trên các cạnh của chảo 8x8 inch đã được bôi mỡ.

e) Xếp thịt bò, cà chua và ớt chuông lên trên bột. Đổ hỗn hợp kem chua lên trên.

f) Nướng 25–30 phút.

78.soong cao bồi

THÀNH PHẦN:
- 1 pound thịt bò xay
- 1 củ hành vừa, xắt nhỏ
- 2 quả ớt jalapeño, bỏ hạt và thái hạt lựu
- 2 gói (mỗi gói 6,5 ounce) hỗn hợp bánh mì ngô
- ½ muỗng cà phê muối
- ½ muỗng cà phê baking soda
- 1 lon (14,75 ounce) ngô kiểu kem
- ¾ cốc sữa
- 2 quả trứng, đánh bông
- 2 chén phô mai cheddar bào, chia

HƯỚNG DẪN:

a) Làm nóng lò trước ở 350 độ.

b) Cho thịt bò vào chảo rán với hành tây và ớt cho đến khi chín. Xả hết dầu mỡ dư thừa và đặt sang một bên.

c) Trong một cái bát, trộn hỗn hợp bánh mì ngô, muối, baking soda, ngô, sữa và trứng. Trải một nửa bột lên đáy chảo 9x13 inch đã bôi mỡ. Rắc một nửa phô mai lên bột. Múc đều hỗn hợp thịt lên trên.

d) Rắc phô mai còn lại lên hỗn hợp thịt, sau đó phết phần bột còn lại lên trên.

e) Nướng, không đậy nắp, trong 35 phút hoặc cho đến khi bánh ngô có màu nâu vàng và đặt ở giữa.

79.Bánh phô mai đáng kinh ngạc

THÀNH PHẦN:

- 1 pound thịt bò xay, chín vàng và để ráo nước
- 1 chén hành tây xắt nhỏ
- 1 cốc phô mai cheddar bào
- 1 cốc sữa
- ½ cốc hỗn hợp bánh quy
- 2 quả trứng

HƯỚNG DẪN:

a) Làm nóng lò ở nhiệt độ 325 độ.

b) Trong chảo mỡ 9x9 inch, xếp lớp thịt bò, hành tây và phô mai.

c) Trong một cái bát, trộn sữa, hỗn hợp bánh quy và trứng. Trải hỗn hợp bột lên trên phô mai.

d) Nướng từ 25–35 phút hoặc cho đến khi con dao đưa vào giữa rút ra sạch sẽ.

80.Thịt hầm khoai tây

THÀNH PHẦN:

- 1 pound thịt bò xay
- 2 củ hành vừa, xắt nhỏ
- 1 ½ muỗng cà phê gia vị Ý
- 4 đến 6 củ khoai tây vừa, gọt vỏ và thái lát mỏng
- Muối và hạt tiêu cho vừa ăn
- 1 lon (10,75 ounce) kem súp nấm, cô đặc
- ⅓ cốc nước

HƯỚNG DẪN:

a) Làm nóng lò trước ở 350 độ.

b) Trong chảo rán, xào thịt bò và hành tây với nhau cho đến khi thịt bò chín. Khuấy gia vị Ý vào hỗn hợp thịt bò. Đặt một phần ba số khoai tây lên đáy chảo 9x13 inch đã bôi mỡ.

c) Rắc khoai tây với muối và hạt tiêu.

d) Rải một nửa hỗn hợp thịt bò lên trên. Lặp lại các lớp, kết thúc bằng lớp khoai tây. Kết hợp súp và nước. Rưới hỗn hợp súp lên trên.

e) Đậy nắp và nướng 1 giờ.

81.Thịt viên hầm

THÀNH PHẦN:
- 1 lon (10,75 ounce) kem súp gà, cô đặc
- 1 cốc kem chua
- 1 cốc phô mai cheddar bào
- 1 củ hành lớn, xắt nhỏ
- 1 thìa cà phê muối
- 1 thìa cà phê tiêu đen
- 1 gói (30 ounce) khoai tây băm nhỏ đông lạnh, rã đông
- 20 viên thịt đông lạnh nấu sẵn

HƯỚNG DẪN:

a) Làm nóng lò trước ở 350 độ.

b) Trong một bát, khuấy đều súp, kem chua, phô mai, hành tây, muối và hạt tiêu. Dùng khăn giấy thấm khô khoai tây chiên rồi khuấy đều vào hỗn hợp súp.

c) Trải hỗn hợp màu nâu băm vào chảo 9x13 inch đã bôi mỡ.

d) Ấn nhẹ các viên thịt thành hỗn hợp màu nâu băm theo hàng chẵn. Đậy nắp và nướng 35 phút.

e) Mở nắp và nướng thêm 10–15 phút hoặc cho đến khi bánh có màu nâu băm.

82.Hành nướng vòng nướng

THÀNH PHẦN:

- 1-½ pound thịt bò xay
- 1 củ hành vừa, xắt nhỏ
- 1 lọ (18 ounce) nước sốt thịt nướng hickory
- 1 túi (16 ounce) khoanh hành tây đông lạnh

HƯỚNG DẪN:

a) Làm nóng lò ở 425 độ.

b) Trong chảo rán, xào thịt bò và hành tây với nhau cho đến khi thịt bò chín. Xả hết dầu mỡ dư thừa. Khuấy nước sốt thịt nướng vào thịt bò và hành tây.

c) Trải hỗn hợp thịt bò vào chảo 9x13 inch đã bôi mỡ.

d) Đặt các khoanh hành tây đều lên trên.

e) Nướng 20–25 phút hoặc cho đến khi các vòng hành tây giòn.

83.Joe Pie soong cẩu thả

THÀNH PHẦN:
- 1 pound thịt bò xay
- 1 củ hành vừa, xắt nhỏ
- 1 lon (15 ounce) cà chua nghiền, có chất lỏng
- 1 phong bì đựng gia vị Joe cẩu thả
- 1 ống (8 ounce) bột cuộn hình lưỡi liềm để lạnh

HƯỚNG DẪN:

a) Làm nóng lò ở nhiệt độ 375 độ.

b) Trong chảo rán, xào thịt bò và hành tây với nhau cho đến khi thịt bò chín.

c) Khuấy cà chua nghiền và gia vị vào thịt bò và hành tây.

d) Đun nhỏ lửa ở nhiệt độ vừa phải trong 5 phút, thỉnh thoảng khuấy.

e) Đặt hỗn hợp thịt bò vào chảo bánh 9 inch sâu lòng hoặc đĩa nướng tròn đã phết dầu mỡ.

f) Xếp các hình lưỡi liềm dẹt riêng lẻ lên trên, đặt điểm mỏng vào giữa, kéo mép dưới của tam giác bột hình lưỡi liềm ra bên ngoài chảo.

g) Chồng bột lên nhau nếu cần thiết.

h) Nướng 15 phút, hoặc cho đến khi lớp vỏ có màu vàng nâu.

84.Soong Tây Nam

THÀNH PHẦN:
- 1 pound thịt bò xay, chín vàng và để ráo nước
- 2 lon (mỗi 8 ounce) nước sốt cà chua
- 1 lon (12–15 ounce) ngô nguyên hạt, để ráo nước
- 1 phong bì gia vị taco
- 10 bánh ngô kiểu gordita vừa
- 1 lon (10,75 ounce) kem súp cần tây, cô đặc
- ¾ cốc sữa
- 1-½ chén phô mai cheddar bào hoặc phô mai trộn Mexico

HƯỚNG DẪN:
a) Làm nóng lò trước ở 350 độ.

b) Trong tô, trộn thịt bò nấu chín, sốt cà chua, ngô và gia vị taco. Sử dụng 6 chiếc bánh ngô để phủ đáy và các mặt của chảo 9x13 inch đã được bôi mỡ.

c) Rải hỗn hợp thịt bò lên bánh ngô. Dùng những chiếc bánh ngô còn lại để phủ hỗn hợp thịt bò, cắt cho vừa nếu cần.

d) Trộn đều súp và sữa rồi rưới lên bánh ngô. Rắc phô mai lên trên.

e) Nướng 20–25 phút hoặc cho đến khi các cạnh chuyển sang màu nâu vàng.

85.Khoai tây Tot soong

THÀNH PHẦN:

- 1 pound thịt bò xay
- 1 củ hành vừa, xắt nhỏ
- 2 lon (10,75 ounce mỗi lon) kem nấm, cô đặc
- 1 lon (14,5 ounce) ngô nguyên hạt, để ráo nước
- 1 cốc phô mai cheddar bào
- 1 gói khoai tây chiên đông lạnh (27–32 ounce)

HƯỚNG DẪN:

a) Làm nóng lò trước ở 350 độ.

b) Trong chảo rán, xào thịt bò và hành tây với nhau cho đến khi thịt bò chín. Xả hết dầu mỡ dư thừa.

c) Đặt hỗn hợp thịt bò vào đáy chảo 9x13 inch đã bôi mỡ.

d) Muỗng 1 lon súp lên trên. Rắc ngô và phô mai lên lớp súp.

e) Che phủ bằng tater tots.

f) Rưới lon súp còn lại lên trên miếng khoai tây chiên. Nướng 40 phút.

CÁ VÀ HỘI HẢI SẢN

86.Cá ngừ-Tater Tot soong

THÀNH PHẦN:
- 1 gói (32 ounce) khoai tây chiên đông lạnh
- 1 lon (6 ounce) cá ngừ, để ráo nước
- 1 lon (10,75 ounce) kem súp gà, cô đặc
- ½ cốc sữa
- 1 ½ chén phô mai cheddar bào

HƯỚNG DẪN:
a) Làm nóng lò trước ở 350 độ.
b) Đặt các miếng khoai tây chiên vào đĩa nướng 2 lít đã phết mỡ.
c) Kết hợp cá ngừ, súp và sữa.
d) Đổ lên khoai tây chiên và sau đó rắc phô mai. Đậy nắp và nướng 1 giờ.

87.Cá ngừ hầm truyền thống

THÀNH PHẦN:
- 1 túi (12 ounce) mì trứng
- 1 lon (10,75 ounce) kem súp nấm, cô đặc
- ½ cốc sữa
- 1 lon (6 ounce) cá ngừ, để ráo nước
- 2 cốc phô mai cheddar bào
- ½ chén khoai tây chiên phô mai cheddar nghiền và kem chua

HƯỚNG DẪN:
a) Làm nóng lò ở 400 độ.

b) Luộc mì theo hướng dẫn trên bao bì và để ráo nước. Khuấy súp, sữa, cá ngừ và phô mai vào mì.

c) Trải hỗn hợp mì vào đĩa nướng 2 lít đã phết mỡ.

d) Nướng 15 phút. Phủ khoai tây chiên đã nghiền lên trên và nướng thêm 3–5 phút nữa.

88.Cá hồi hầm mù tạt

THÀNH PHẦN:
- 2 quả trứng đánh
- ⅔ cốc sữa nguyên chất
- ½ cốc kem chua
- ¾ chén vụn bánh mì khô
- 1 muỗng cà phê gia vị hải sản
- ½ thìa cà phê gia vị chanh tiêu
- ¼ muỗng cà phê thì là khô
- 3 chén cá hồi nấu chín
- 3 muỗng canh. cần tây xắt nhỏ
- 2 muỗng canh. hành tây xắt nhỏ
- 4 ½ thìa nước cốt chanh
- 1 ⅓ cốc sốt mayonnaise
- 1 muỗng canh. mù tạt đã chuẩn bị (sử dụng loại yêu thích của bạn)
- 1 lòng trắng trứng
- 2 muỗng canh. rau mùi tây tươi băm nhỏ

HƯỚNG DẪN:
a) Trong một tô lớn, thêm trứng, sữa và kem chua. Đánh đều cho đến khi kết hợp. Thêm vụn bánh mì, gia vị hải sản, gia vị tiêu chanh và thì là. Đánh đều cho đến khi kết hợp. Thêm cá hồi, cần tây, hành tây và nước cốt chanh. Khuấy cho đến khi kết hợp.

b) Xịt dung dịch xịt nấu ăn chống dính lên đĩa nướng 11 x 7. Múc thịt hầm vào khay nướng. Làm nóng lò ở nhiệt độ 350°. Nướng trong 25 phút hoặc cho đến khi dùng dao cắm vào giữa nồi lấy ra dao sạch.

c) Trong khi nấu thịt hầm, thêm sốt mayonnaise và mù tạt vào một cái bát nhỏ. Khuấy cho đến khi kết hợp. Trong một bát nhỏ, thêm lòng trắng trứng. Đánh trứng

d) trắng cho đến khi tạo thành đỉnh cứng. Nhẹ nhàng trộn hỗn hợp mayonnaise vào. Trải đều trên món thịt hầm. Nướng trong vòng 10-13 phút hoặc cho đến khi lớp trên phồng lên và có màu nâu nhạt. Lấy ra khỏi lò và rắc mùi tây lên trên.

89.Bữa tối cá hồi hầm

THÀNH PHẦN:

- ⅓ chén ớt chuông xanh xắt nhỏ
- 3 muỗng canh. hành tây xắt nhỏ
- 2 muỗng canh. dầu thực vật
- ¼ chén bột mì đa dụng
- ½ muỗng cà phê muối
- 1 ½ cốc sữa nguyên chất
- 10,75 ounce kem súp cần tây
- 6 ounce mỗi kg. cá hồi hồng không xương không da
- 1 chén đậu xanh đông lạnh
- 2 thìa nước cốt chanh
- 8 ct. có thể làm lạnh cuộn lưỡi liềm

HƯỚNG DẪN:

a) Trong chảo lớn trên lửa vừa, thêm ớt chuông xanh, hành tây và dầu thực vật. Xào trong 5 phút. Thêm bột mì đa dụng và muối vào chảo. Khuấy liên tục và nấu trong 1 phút. Trong khi liên tục khuấy, từ từ thêm sữa.

b) Tiếp tục khuấy và nấu trong 2-3 phút hoặc cho đến khi nước sốt đặc lại và sủi bọt. Tháo chảo ra khỏi bếp.

c) Thêm kem súp cần tây, cá hồi, đậu xanh và nước cốt chanh vào chảo. Khuấy đều cho đến khi hòa quyện và cho vào đĩa nướng 11 x 7. Làm nóng lò ở nhiệt độ 375°.

d) Lấy bột hình lưỡi liềm ra khỏi hộp. Đừng cuộn bột. Cắt bột thành 8 lát và đặt lên trên nồi.

e) Nướng trong vòng 12-15 phút hoặc cho đến khi lớp vỏ hình lưỡi liềm có màu nâu vàng và thịt hầm nóng. Lấy ra khỏi lò và phục vụ.

90.Thịt hầm hải sản Bayou

THÀNH PHẦN:

- Phô mai kem 8 ounce, cắt khối
- 4 muỗng canh. Bơ không muối
- 1 ½ chén hành tây xắt nhỏ
- 2 sườn cần tây, xắt nhỏ
- 1 quả ớt chuông xanh lớn, xắt nhỏ
- 1 pound tôm vừa nấu chín, bóc vỏ và bỏ chỉ
- 2 lon thịt cua ráo nước và vảy, cỡ 6 ounce
- 10,75 ounce kem súp nấm
- ¾ chén cơm chín
- 4 ounce nấm thái lát, để ráo nước
- 1 thìa cà phê muối tỏi
- ¾ muỗng cà phê sốt Tabasco
- ½ thìa cà phê ớt cayenne
- ¾ cốc phô mai cheddar cắt nhỏ
- ½ cốc bánh quy giòn Ritz nghiền nát

HƯỚNG DẪN:

a) Làm nóng lò ở nhiệt độ 350°. Xịt dung tích 2 lít vào đĩa nướng bằng bình xịt nấu ăn chống dính. Trong chảo nước sốt nhỏ trên lửa nhỏ, thêm phô mai kem và 2 thìa bơ.

b) Khuấy liên tục và nấu cho đến khi kem phô mai và bơ tan chảy. Lấy chảo ra khỏi bếp.

c) Trong chảo lớn trên lửa vừa, thêm hành tây, cần tây, ớt chuông xanh và 2 thìa bơ. Xào trong 6 phút hoặc cho đến khi rau mềm.

d) Thêm tôm, cua, kem súp nấm, cơm, nấm, muối tỏi, sốt Tabasco, ớt cayenne và hỗn hợp phô mai kem. Khuấy cho đến khi kết hợp. Lấy chảo ra khỏi lửa và cho thìa vào đĩa nướng.

e) Rắc phô mai cheddar và bánh quy giòn Ritz lên trên món thịt hầm.

f) Nướng trong 25 phút hoặc cho đến khi thịt hầm nóng và sủi bọt. Lấy ra khỏi lò và phục vụ.

91.Kem hải sản soong

THÀNH PHẦN:

- 1 pound phi lê cá bơn, cắt thành miếng 1 inch
- 1 pound tôm cỡ vừa sống, bóc vỏ và bỏ chỉ
- 10,75 ounce súp tôm kem
- ¼ cốc sữa nguyên chất
- 1 cốc bánh quy giòn Ritz nghiền nát
- ¼ chén phô mai Parmesan bào
- 1 thìa cà phê ớt bột
- 2 muỗng canh. bơ không muối tan chảy

HƯỚNG DẪN:

a) Làm nóng lò ở nhiệt độ 350°. Xịt dung dịch xịt nấu ăn chống dính lên đĩa nướng 11 x 7. Xếp các miếng cá bơn và tôm vào khay nướng.

b) Trong một bát trộn, thêm kem súp tôm và sữa. Khuấy đều cho đến khi hòa quyện và phết lên trên cá và tôm.

c) Trong một bát nhỏ, thêm bánh quy giòn Ritz, phô mai Parmesan, ớt bột và bơ. Khuấy đều cho đến khi hòa quyện và rắc lên trên mặt thịt hầm.

d) Nướng trong 25 phút hoặc cho đến khi cá bong ra dễ dàng bằng nĩa và tôm chuyển sang màu hồng.

e) Lấy ra khỏi lò và phục vụ.

92.Cá bơn hầm

THÀNH PHẦN:

- 5 muỗng canh. Bơ không muối
- ¼ chén bột mì đa dụng
- ½ muỗng cà phê muối
- ⅛ thìa cà phê tiêu trắng
- 1 ½ cốc sữa nguyên chất
- 1 chén ớt chuông xanh xắt nhỏ
- 1 chén hành tây xắt nhỏ
- 2 chén cá bơn nấu chín, cắt khối
- 3 quả trứng luộc chín, cắt nhỏ
- 2 ounce lọ ớt đỏ thái hạt lựu, để ráo nước
- ⅓ cốc phô mai cheddar cắt nhỏ

HƯỚNG DẪN:

a) Trong chảo nước sốt lớn trên lửa vừa, thêm 4 thìa bơ. Khi bơ tan chảy, thêm bột mì đa dụng, muối và tiêu trắng vào.

b) Khuấy liên tục và nấu trong 1 phút. Trong khi liên tục khuấy, từ từ thêm sữa. Tiếp tục khuấy và nấu khoảng 2 phút hoặc cho đến khi nước sốt đặc lại. Lấy chảo ra khỏi bếp và đậy nắp chảo.

c) Làm nóng lò ở nhiệt độ 375°. Xịt dung dịch xịt chống dính vào đĩa thịt hầm 1 ½ lít. Trong chảo nhỏ trên lửa vừa, thêm 1 thìa bơ. Khi bơ tan chảy, thêm ớt chuông xanh và hành tây.

d) Xào trong 5 phút hoặc cho đến khi rau mềm. Tắt bếp và thêm vào nước sốt.

e) Thêm cá bơn, trứng luộc và ớt đỏ vào nước sốt. Khuấy đều cho đến khi hòa quyện và đổ vào đĩa thịt hầm.

f) Rắc phô mai cheddar lên trên mặt thịt hầm.

g) Nướng trong 15-20 phút hoặc cho đến khi nồi nóng và sủi bọt.

h) Lấy ra khỏi lò và phục vụ.

93.Đế nướng & rau bina soong

THÀNH PHẦN:

- 16 cốc nước
- 8 ounce mỗi kg. mì trứng
- 3 muỗng canh. Bơ không muối
- 3 muỗng canh. bột mì đa dụng
- 3 cốc sữa nguyên chất
- 1 ½ chén phô mai cheddar cắt nhỏ
- 1 muỗng canh. nước chanh
- 1 thìa cà phê muối
- 1 muỗng cà phê mù tạt xay
- 1 thìa cà phê sốt Worcestershire
- ⅛ muỗng cà phê hạt nhục đậu khấu
- ⅛ muỗng cà phê tiêu đen
- 2 gói. Rau bina khô đông lạnh rã đông và vắt, cỡ 10 ounce
- 1 ½ pound phi lê đế
- ¼ cốc hạnh nhân cắt lát nướng

HƯỚNG DẪN:

a) Trong chảo nước sốt lớn trên lửa vừa, thêm nước. Khi nước sôi thì cho mì trứng vào khuấy đều. Nấu trong 6 phút hoặc cho đến khi mì mềm. Nhấc chảo ra khỏi bếp và chắt hết nước ra khỏi mì.

b) Trong chảo nước sốt lớn trên lửa vừa, thêm bơ. Khi bơ tan chảy thì cho bột mì đa dụng vào trộn đều. Khuấy liên tục và nấu trong 1 phút.

c) Trong khi liên tục khuấy, từ từ thêm sữa.

d) Tiếp tục khuấy và nấu trong 2 phút hoặc cho đến khi nước sốt đặc lại và sủi bọt.

e) Thêm 1 cốc phô mai cheddar, nước cốt chanh, muối, mù tạt xay, sốt Worcestershire, hạt nhục đậu khấu và hạt tiêu đen vào chảo. Khuấy cho đến khi hòa quyện và phô mai tan chảy.

f) Thêm mì vào nước sốt. Khuấy cho đến khi kết hợp. Loại bỏ một nửa nước sốt và đặt vào một cái bát.

g) Làm nóng lò ở nhiệt độ 375°. Xịt chảo nướng 9 x 13 bằng bình xịt chống dính. Đổ phần nước sốt còn lại vào chảo nướng. Đặt rau bina lên trên nước sốt trong chảo nướng. Đặt các miếng phi lê duy nhất lên trên.

h) Rưới nước sốt phô mai dành riêng lên trên. Rắc hạnh nhân lên trên nước sốt.

i) Nướng trong 30 phút hoặc cho đến khi nồi sủi bọt và dễ dàng bong ra bằng nĩa. Lấy ra khỏi lò và phục vụ.

94.Canh ngô & cá

THÀNH PHẦN:
- ¼ chén hành tây xắt nhỏ
- ¼ chén ớt chuông xanh xắt nhỏ
- ¼ cốc bơ không muối, cắt hạt lựu
- ¼ chén bột mì đa dụng
- 1 ½ muỗng cà phê muối
- ¼ thìa cà phê tiêu đen
- 2 thìa cà phê đường cát
- 2 lon cà chua hầm, cỡ 14 ounce
- 2 gói. ngô nguyên hạt đông lạnh đã rã đông, cỡ 10 ounce
- 24 ounce mỗi kg. que cá đông lạnh

HƯỚNG DẪN:
a) Làm nóng lò ở nhiệt độ 350°. Xịt hai đĩa nướng 11 x 7 bằng bình xịt chống dính. Trong chảo lớn trên lửa vừa, thêm hành tây, ớt chuông xanh và bơ. Xào trong 4 phút.

b) Thêm bột mì đa dụng, muối, tiêu đen và đường cát vào chảo. Khuấy liên tục và nấu trong 1 phút. Thêm cà chua với nước ép vào chảo. Khuấy liên tục và nấu trong 2-3 phút hoặc cho đến khi nước sốt đặc lại và sủi bọt. Lấy chảo ra khỏi lửa và thêm ngô vào. Khuấy cho đến khi kết hợp. Đổ thìa vào các món nướng.

c) Đặt các que cá lên trên cùng của món thịt hầm. Đậy đĩa bằng giấy nhôm. Nướng trong 25 phút. Loại bỏ lá nhôm. Nướng trong 15 phút hoặc cho đến khi các que cá có màu nâu vàng và thịt hầm nóng và sủi bọt.

d) Lấy ra khỏi lò và phục vụ.

95.Hàu hầm

THÀNH PHẦN:

- 1 lít hàu bóc vỏ
- 2 chén hành tây xắt nhỏ
- 1 ½ chén cần tây xắt nhỏ
- ¾ cốc bơ không muối
- ½ chén bột mì đa dụng
- 2 cốc kem nửa rưỡi
- 2 muỗng cà phê mùi tây tươi băm nhỏ
- 1 thìa cà phê muối
- ½ muỗng cà phê húng tây khô
- ¼ thìa cà phê tiêu đen
- ⅛ muỗng cà phê ớt cayenne
- 4 lòng đỏ trứng đánh bông
- 2 cốc bánh quy giòn Ritz nghiền nát

HƯỚNG DẪN:

a) Xả hàu nhưng để dành rượu từ hàu vào một cái bát nhỏ. Trong chảo nước sốt lớn trên lửa vừa, thêm hành tây, cần tây và ½ cốc bơ. Xào trong 6 phút hoặc cho đến khi rau mềm.

b) Thêm bột mì đa dụng vào chảo. Khuấy liên tục và nấu trong 1 phút. Trong khi liên tục khuấy, từ từ thêm nửa rưỡi kem. Tiếp tục khuấy và nấu khoảng 2 phút hoặc cho đến khi nước sốt đặc lại và sủi bọt.

c) Giảm nhiệt thấp. Thêm rau mùi tây, muối, húng tây, tiêu đen, ớt cayenne và nước hàu dành riêng. Khuấy liên tục và nấu trong 2 phút. Cho lòng đỏ trứng đã đánh vào tô nhỏ. Thêm 1 muỗng canh nước sốt vào trứng. Đánh đều cho đến khi kết hợp. Thêm một muỗng nước sốt khác vào lòng đỏ.

d) Đánh đều cho đến khi kết hợp. Thêm lòng đỏ trứng vào chảo và khuấy cho đến khi kết hợp. Lấy chảo ra khỏi bếp.

e) Xịt chảo nướng 9 x 13 bằng bình xịt chống dính. Làm nóng lò ở nhiệt độ 400°. Trải một nửa nước sốt vào chảo nướng.

f) Rải một nửa số hàu lên trên nước sốt. Rắc một nửa số bánh quy Ritz lên trên. Lặp lại các bước xếp lớp thêm 1 lần nữa.

g) Trong một chiếc bát dùng được trong lò vi sóng, thêm ¼ cốc bơ. Cho vào lò vi sóng trong 30 giây hoặc cho đến khi bơ tan chảy. Lấy ra khỏi lò vi sóng và rưới bơ lên trên vụn bánh quy giòn. Nướng trong 25 phút hoặc cho đến khi thịt hầm có màu nâu vàng và sủi bọt.

h) Lấy ra khỏi lò và để thịt hầm nghỉ 10 phút trước khi dùng.

96.Tôm Creole soong

THÀNH PHẦN:

- 2 muỗng canh. dầu ô liu
- 1 ½ chén ớt chuông xanh xắt nhỏ
- 1 chén hành tây xắt nhỏ
- ⅔ chén cần tây xắt nhỏ
- 2 tép tỏi, băm nhỏ
- 1 chén gạo hạt dài khô
- 14 ounce cà chua thái hạt lựu
- 2 muỗng cà phê sốt Tabasco
- 1 thìa cà phê lá oregano khô
- ¾ thìa cà phê muối
- ½ muỗng cà phê húng tây khô
- Hạt tiêu đen để nếm thử
- 1 pound tôm tươi vừa, bóc vỏ và bỏ chỉ
- 1 muỗng canh. rau mùi tây tươi băm nhỏ

HƯỚNG DẪN:

a) Làm nóng lò ở nhiệt độ 325°. Trong chảo lớn trên lửa vừa cao, thêm dầu ô liu. Khi dầu nóng, cho ớt chuông xanh, hành tây, cần tây và tỏi vào. Xào trong 5 phút. Thêm gạo vào chảo. Xào trong 5 phút.

b) Xả cà chua nhưng tiết kiệm chất lỏng. Thêm nước vào chất lỏng cà chua bằng 1 ¾ cốc. Thêm cà chua, nước cà chua, sốt Tabasco, lá oregano, muối, húng tây và tiêu đen vào chảo.

c) Khuấy cho đến khi kết hợp và nấu trong 2 phút. Nhấc chảo ra khỏi lửa và cho tôm vào đảo đều.

d) Múc thịt hầm vào đĩa nướng 2 ½ lít. Đậy đĩa bằng giấy nhôm. Nướng trong 50-55 phút hoặc cho đến khi cơm mềm.

e) Lấy đĩa ra khỏi lò và rắc rau mùi tây lên trên.

97.Hải sản Gratin soong

THÀNH PHẦN:

- 8 ounce tôm vừa nấu chín, bóc vỏ và bỏ chỉ
- 8 ounce thịt cua nấu chín
- 8 ounce đế nấu chín, cắt nhỏ
- 8 ounce tôm hùm nấu chín, xắt nhỏ
- 2 muỗng canh. Bơ không muối
- 2 muỗng canh. bột mì đa dụng
- ½ cốc sữa nguyên chất
- ¼ chén phô mai Parmesan bào
- ½ cốc Cocacola
- 2 muỗng canh. miếng bánh mì panko

HƯỚNG DẪN:

a) Làm nóng lò ở nhiệt độ 325°. Xịt dung tích 2 lít vào đĩa nướng bằng bình xịt nấu ăn chống dính. Thêm tôm, cua, đế và tôm hùm vào món nướng. Trong chảo trên lửa vừa, thêm bơ.

b) Khi bơ tan chảy, thêm bột mì đa dụng vào. Khuấy liên tục và nấu trong 1 phút.

c) Trong khi khuấy liên tục, từ từ thêm sữa và phô mai Parmesan vào. Khuấy liên tục và nấu trong 3 phút hoặc cho đến khi nước sốt đặc lại và sủi bọt.

d) Nhấc chảo ra khỏi bếp và cho Coca Cola vào khuấy đều. Rưới nước sốt lên hải sản trong đĩa nướng. Rắc vụn bánh mì lên trên.

e) Nướng trong 20 phút hoặc cho đến khi nồi nóng và sủi bọt. Lấy ra khỏi lò và để nguội trong 5 phút trước khi dùng.

SÒNG NGỌT NGÀO

98.Bánh mì nướng dâu tây soong

THÀNH PHẦN:

● 3 ½ cốc kem đặc
● 16 ounce kem mascarpone, ở nhiệt độ phòng ½ cốc cộng 2 muỗng canh. đường mịn
● 2 muỗng cà phê chiết xuất vani
● ¼ thìa cà phê muối
● 90 bánh quy bơ
● 2 pound dâu tây tươi, bỏ vỏ và thái lát
● 1 quả chuối, gọt vỏ và thái lát

HƯỚNG DẪN:

a) Thêm kem đặc, kem mascarpone, đường bột, chiết xuất vani và muối vào tô trộn. Dùng máy trộn ở tốc độ trung bình, đánh cho đến khi gần đạt chóp cứng. Chất kem phải chắc nhưng vẫn có thể tán đều.

b) Trải một lớp kem mỏng vào đáy chảo nướng 9 x 13. Đặt một lớp bánh quy giòn lên trên kem. Phết ¼ số kem còn lại lên bánh quy. Đặt ⅓ dâu tây lên trên kem. Đặt một lớp bánh quy khác lên trên dâu tây.

c) Trải một lớp kem khác lên trên bánh quy. Đặt ⅓ dâu tây khác lên trên kem. Đặt một lớp bánh quy khác lên trên dâu tây. Lặp lại các bước xếp lớp thêm 1 lần nữa.

d) Đặt các lát chuối lên trên. Rưới phần kem còn lại lên trên món thịt hầm. Đậy chảo bằng màng bọc thực phẩm. Làm lạnh ít nhất 6 giờ trước khi phục vụ.

99.Bánh pancake chuối sô-cô-la soong

THÀNH PHẦN:

- 4 quả trứng
- 1 cốc kem đặc
- ¼ cốc xi-rô cây phong
- 1 muỗng cà phê chiết xuất vani
- 40 bánh pancake mini đông lạnh, rã đông
- 2 quả chuối, bóc vỏ và thái lát mỏng
- ¾ cốc sô-cô-la chip thu nhỏ
- Đường bột cho vừa ăn

HƯỚNG DẪN:

a) Xịt chảo bánh tròn 9 inch bằng bình xịt nấu ăn chống dính. Trong tô trộn, thêm trứng, kem đặc, xi-rô cây thích và chiết xuất vani. Đánh đều cho đến khi kết hợp. Đặt một nửa số bánh vào chảo bánh.

b) Đặt một nửa lát chuối lên trên bánh kếp. Rắc một nửa sô-cô-la chip lên trên bánh kếp. Đổ một nửa hỗn hợp trứng lên trên. Lặp lại các bước xếp lớp một lần nữa.

c) Đậy chảo bằng giấy nhôm. Làm lạnh trong 2 giờ. Lấy ra khỏi tủ lạnh và để thịt hầm ở nhiệt độ phòng trong 30 phút. Làm nóng lò ở nhiệt độ 350°. Nướng trong 30 phút. Lấy giấy nhôm ra khỏi chảo.

d) Nướng trong 5-10 phút hoặc cho đến khi nồi chín và bánh nóng.

e) Lấy ra khỏi lò và rắc đường bột cho vừa ăn.

100.soong Smores

THÀNH PHẦN:
- 2 tờ bánh phồng đông lạnh, rã đông
- 1 pound phô mai kem, làm mềm
- 1 cốc đường cát
- Kem marshmallow lọ 7 ounce
- 9 bánh quy graham
- 6 muỗng canh. bơ không muối tan chảy
- 1 cốc sôcôla bán ngọt
- 2 cốc kẹo dẻo thu nhỏ

HƯỚNG DẪN:

a) Làm nóng lò ở nhiệt độ 375°. Xịt nhẹ chảo nướng 9 x 13 bằng bình xịt chống dính. Cuộn 1 tấm bánh phồng đủ lớn để vừa với đáy chảo nướng. Đặt bánh phồng vào đáy chảo. Dùng nĩa đâm khắp bánh phồng.

b) Nướng trong 4 phút. Lấy ra khỏi lò và nguội hoàn toàn trước khi đổ đầy.

c) Trong tô trộn, thêm kem phô mai và ¾ cốc đường. Dùng máy trộn ở tốc độ trung bình, đánh cho đến khi mịn và hòa quyện. Thêm kem marshmallow vào bát. Trộn cho đến khi kết hợp và phết lên bánh phồng trong chảo.

d) Nghiền bánh quy graham thành vụn trong một cái bát nhỏ. Cho 2 thìa đường cát và 3 thìa bơ vào tô. Khuấy cho đến khi hòa quyện và rắc lên trên phần nhân kem.

e) Rắc sô-cô-la chip và kẹo dẻo mini lên trên. Cuộn tấm bánh phồng thứ hai đủ lớn để phủ lên trên.

f) Dùng nĩa đâm khắp mặt bánh và đặt lên trên mặt chảo. Quét 3 thìa bơ lên trên mặt bánh phồng. Rắc phần đường cát còn lại lên trên.

g) Nướng trong 12-15 phút hoặc cho đến khi bánh phồng lên và có màu vàng nâu.

h) Lấy ra khỏi lò và để nguội trong 5 phút trước khi dùng.

PHẦN KẾT LUẬN

Khi chúng tôi kết thúc hành trình của mình qua "Sách dạy nấu ăn món thịt hầm nhanh", chúng tôi hy vọng bạn đã khám phá được niềm vui và sự tiện lợi khi chế biến những món ăn ngon miệng một cách dễ dàng. Món thịt hầm có một cách đặc biệt để gắn kết mọi người lại với nhau, cho dù đó là quây quần quanh bàn ăn tối với gia đình hay trong một bữa tiệc potluck với bạn bè. Khi bạn tiếp tục khám phá thế giới nấu món thịt hầm, mong rằng mỗi công thức bạn thử sẽ đưa bạn đến gần hơn với những thú vui đơn giản của những bữa ăn nấu tại nhà và những kỷ niệm đáng nhớ.

Khi lật những trang cuối cùng của cuốn sách nấu ăn này và mùi thơm của món nướng còn đọng lại trong căn bếp của bạn, hãy biết rằng cuộc hành trình không kết thúc ở đây. Thử nghiệm các nguyên liệu mới, tùy chỉnh công thức nấu ăn cho phù hợp với sở thích của bạn và tận hưởng niềm vui khi chia sẻ những bữa ăn ngon với những người bạn yêu thương. Và khi bạn thấy mình cần một bữa ăn nhanh chóng và thoải mái, "Sách dạy nấu món thịt hầm nhanh" sẽ có mặt ở đây, sẵn sàng hướng dẫn bạn trong chuyến phiêu lưu ẩm thực của mình.

Cảm ơn bạn đã tham gia cùng chúng tôi trong cuộc hành trình đầy hương vị này qua thế giới món thịt hầm. Cầu mong căn bếp của bạn tràn ngập hương thơm dễ chịu của món nướng, bàn ăn tràn ngập tiếng cười của những người thân yêu và trái tim bạn tràn ngập sự ấm áp của những bữa cơm gia đình. Cho đến khi chúng ta gặp lại nhau, chúc bạn nấu ăn vui vẻ và ngon miệng!

Milton Keynes UK
Ingram Content Group UK Ltd.
UKHW030744121124
451094UK00013B/999

9 781836 875567